தலித்களுக்காகப்
பாடுபட்டதா நீதிக்கட்சி?

ம.வெங்கடேசன்
20.11.1980-ல் சென்னையில் பிறந்தவர். விவேகானந்தா கல்லூரியில் எம்.ஏ. தத்துவவியல் படித்து முடித்தார். தமிழ் இந்து டாட் காம் ஆசிரியர் குழு உறுப்பினராக இருக்கும் ம.வெங்கடேசன் பல்வேறு இதழ்களில் கட்டுரைகள் எழுதிவருகிறார். தொலைக்காட்சி ஊடகங்களில் வலதுசாரி சிந்தனைகளை முன்வைத்து வருகிறார்.

தலித்களுக்காகப் பாடுபட்டதா நீதிக்கட்சி?

ம.வெங்கடேசன்

கிழக்கு

தலித்களுக்காகப் பாடுபட்டதா நீதிக்கட்சி?
Dalithgalukkaga Paadupattadha Needhikatchi
Ma.Venkatesan ©

First Edition: December 2012
Kizhakku First Edition: October 2015
104 Pages
Printed in India.

ISBN: 978-93-84149-40-6
Title No. 860

Kizhakku Pathippagam
177/103, First Floor,
Ambal's Building, Lloyds Road,
Royapettah, Chennai 600 014.
Ph: +91-44-4200-9603

Email : support@nhm.in
Website : www.nhm.in

Kizhakku Pathippagam is an imprint of New Horizon Media Private Limited

This book is sold subject to the condition that it shall not, by way of trade or otherwise, be lent, resold, hired out, or otherwise circulated without the publisher's prior written consent in any form of binding or cover other than that in which it is published and without a similar condition including this the rights under copyright reserved above, no part of this publication may be reproduced, stored in or introduced into a retrieval system, or transmitted in any form or by any means (electronic, mechanical, photocopying, recording or otherwise), without the prior written permission of both the copyright owner and the above-mentioned publisher of this book.

என் வாழ்க்கையை அர்த்தமுள்ளதாக மாற்றிய
திரு. ராமதுரை (Preci balance) மற்றும்
அவர்களின் குடும்பத்தினருக்கு

உள்ளே

1. தாழ்த்தப்பட்டவர்களின் உரிமைகளுக்காகப் போராடியது யார்? — 9
2. தாழ்த்தப்பட்டவர்களின் காவலர்கள் — 17
3. திராவிட இயக்க எழுத்தாளர்களின் திருட்டு எழுத்தும் புரட்டு வரலாறும் — 36
4. நீதிக்கட்சியில் இருந்தவர்கள் யார் - யார்? — 40
5. நீதிக்கட்சி ஆரம்பித்ததன் பின்னணி — 45
6. தாழ்த்தப்பட்டவர்களுக்கா வகுப்புரிமை ஆணை? — 52
7. டி.எம்.நாயரின் ஸ்பர்டேங்ரோடு பேருரை - அதீதப் பொய்கள் — 59
8. தாழ்த்தப்பட்டவர்களுக்கு 'ஆதிதிராவிடர்' என்ற பெயர் வந்தது யாரால்? — 64
9. பச்சையப்பன் கல்லூரியில் ஆதிதிராவிடரை அனுமதித்ததற்குக் காரணம் யார்? — 67
10. தாழ்த்தப்பட்டவர்கள் சாலைகளில் நடந்து போக ஆணையைப் பிறப்பித்தது யார்? — 70
11. முதன் முதலில் தாழ்த்தப்பட்ட சமுதாயத்தின் பிரதிநிதியை அமைச்சர் பதவியில் அமர்த்தியது யார்? ஏன்? — 74
12. பின்னி ஆலை பிரச்னை — 81
13. நீதிக்கட்சி பற்றி எம்.சி.ராஜா — 93
14. நீதிக்கட்சி பற்றி புரட்சியாளர் அம்பேத்கர் — 101

1

தாழ்த்தப்பட்டவர்களின் உரிமைகளுக்காக போராடியது யார்?

திராவிட இயக்கத்தவர்கள் நீதிக்கட்சியைப்பற்றி எழுதும்போது

''நீதிக்கட்சி பதினாறு ஆண்டுகள் இடைவிடாது ஆட்சி நடத்தாமல் இருந்திருந்தால் அந்த ஆட்சிக்கு 1925 முதல் தம் முழு ஒத்துழைப்பைப் பெரியார் தராமல் இருந்திருந்தால் தாழ்த்தப்பட்ட, பிற்படுத்தப்பட்ட சமுதாய மக்கள் தலை எடுத்திருக்கவே முடியாது. வளர்ச்சி அடைந்திருக்கவே மாட்டார்கள்'' என்றும் -

''அந்தக் கால அளவில் தாழ்த்தப்பட்டவர்களுக்காகப் போராடத் தாழ்த்தப்பட்ட இனத்தலைவர்கள் பரவலாக இல்லை. தாழ்த்தப் பட்டவருள் அரசியல் அறிவு வாய்க்கப்பெற்றிருந்த ஓரிருவர் நீதிக்கட்சியில் சேர்ந்திருந்தனர். தாழ்த்தப்பட்ட இனத் தலைவர்கள் நீதிக்கட்சி கொடியின் கீழ் அணிவகுத்து நின்றனர். நீதிக்கட்சி தாழ்த்தப் பட்டவர்களின் உரிமைக்காகப் போராடிற்று....நீதிக்கட்சி உயர்ந்த சாதி இந்துக்களின் பெண்களைப் பறையர்களுக்குத் திருமணம் செய்து வைக்க விரும்புவதாக இடைவிடாது பார்ப்பனர் பிரச்சாரம் செய்தனர். நீதிக்கட்சிக்கு ஆதரவு அளித்து வந்த உயர்சாதி இந்துக்களிடையே இந்தப் பொறாமைப் பிரச்சாரம் ஒரு பயன்தராத நிலையை உருவாக்க முயன்றது. எனினும் பொருட்படுத்தாது 'நீதிக்கட்சி தாழ்த்தப்பட்டவர்களை உயர்த்தும் பணியைத் தொடர்ந்து செய்து வந்தது. தாழ்த்தப்பட்டவர்கள் உரிமைகள் பாதுகாக்கப்பட வேண்டுமென்றும், போராடுவதற்காகவும் நீதிக் கட்சி உருவாகிற்று'' என்றும் -

''தாழ்த்தப்பட்டவர்கள் பிற சமுதாயத்தினர்க்கு ஒப்ப எல்லா உரிமை களையும் பெற்று வாழ வேண்டும் என்ற குறிக்கோளுடன் பிறந்தது

நீதிக்கட்சி. நீதிக்கட்சி தோன்றிய காலத்தில் தாழ்த்தப்பட்டவர் பட்ட துன்பங்களையும் அவர்கள் அடைந்த இன்னல்களையும் அவர்கள் பெற்ற அவமானங்களையும் எழுதுவதென்றால் அவை இந்நாட்டின் ஒரு அவல வரலாறாகவே அமைந்துவிடும். அவர்கள் குரலற்றவர் களாகவும் செயலற்றவர்களாகவும் அப்போது இருந்தார்கள். அவர் களுக்காகப் பேச, செயல்பட ஒரே இயக்கமாக நீதிக்கட்சி தென்னகத்தில் உருவாயிற்று'' - என்றும் குறிப்பிடுகிறார்கள். (நீதிக்கட்சி அரசு பாடுபட்டது யாருக்காக?, திராவிடர் கழக வெளியீடு).

தாழ்த்தப்பட்டவர்கள் முன்னேற்றம் குறித்து எழுதவும் பேசவும் பொழுதெல்லாம் 'நீதிக்கட்சி' என்ற அரசைக் குறித்துத் திராவிடக் கழகத்தவர் முதல் பல எழுத்தாளர்கள்வரை பெருமை பொங்கக் கூறுகிறார்கள்.

இவர்கள் இவ்வாறு எழுதுவதின் நோக்கமென்ன?

தாழ்த்தப்பட்டோர் சிந்தனையற்றவர்களாகவும் செயலற்றவர் களாகவும் இருந்தார்கள் என்றும், தாழ்த்தப்பட்டவரிடையே அரசியல் அனுபவமுள்ளவர்களே ஒரு சிலரே என்றும், தாழ்த்தப்பட்டவர் களுக்கான உரிமையையும் முன்னேற்றத்தையும் பார்ப்பனரல்லாத உயர்சாதி இந்துக்களால் வழிநடத்தப்பட்ட நீதிக்கட்சி மற்றும் ஈ.வே.ராமசாமி நாயக்கராலேயே செய்ய முடிந்தது என்று தாழ்த்தப் பட்டோர்கள் நம்பவேண்டும் என்பதே அவர்களுடைய நோக்கமாகும்.

''பார்ப்பனரல்லாதாரில் உயர்ந்த சாதியினர் தாழ்ந்த சாதியினர் எனப் பாராது அனைவர்க்கும் இடம் தரும் 'திராவிடர் ஹோம்' பார்ப் பனரல்லாத உயர்ந்த சாதியராகிய சி. நடேச முதலியாரால் உருவாக்கப் பட்டது என்பதும் அறிகிறோம்.

உரிமைகள் தமக்கும் உண்டு என்பதுகூட அறியாராய்த் தமது உரிமைகள் எவை என்பதை அறியாராய் வாழ்ந்து கொண்டிருந்த தாழ்த்தப்பட்டோர் உரிமைகளுக்காக இலண்டன் மாநகரத்தில் திராவிடச் சங்கம் சார்பில் சான்றுரை பகர்ந்தவர் பார்ப்பனரல்லாதாரில் உயர்ந்த சாதியராகிய சர். ஏ. இராமசாமி முதலியார் என்பதையும் அறிகிறோம்.'' (நீதிக்கட்சி அரசு பாடுபட்டது யாருக்காக?, திராவிடர் கழக வெளியீடு)

இப்படிக் கூறுவதன் நோக்கமென்ன? பார்ப்பனரல்லாத உயர்ந்த சாதியைச் சார்ந்தவர்கள்தான் தாழ்த்தப்பட்டவர்களுக்காகப் போராடியவர்கள் என்பதைத் தெரியப்படுத்துவதற்குத்தான். ஆனால் உண்மை என்ன?

உண்மையிலேயே நீதிக்கட்சி தாழ்த்தப்பட்டவர்களின் உரிமைக் காகவும் முன்னேற்றத்துக்காகவும் பாடுபடத்தான் தோன்றியதா?

நீதிக்கட்சி இல்லாதபோது தலித்கள் சிந்தனையற்றும் செயலற்றும்தான் இருந்தனரா? அனைத்திலும் தமக்கும் சம உரிமைகள் உண்டு என்பதுகூட அறியாதவர்களாக வாழ்ந்து கொண்டிருந்தனரா தாழ்த்தப் பட்டவர்கள்?

தாழ்த்தப்பட்டோரிடையே அரசியல் அனுபவம் மிகுந்த தலைவர்கள் யாருமே இல்லையா?

நீதிக்கட்சி தாழ்த்தப்பட்டவர்களை உயர்த்தும் பணியைத் தொடர்ந்து செய்துவந்ததா?

நீதிக்கட்சி தாழ்த்தப்பட்டவர்களுக்குச் செய்த சாதனைதான் என்ன?

இந்தக் கேள்விகள் மிக மிக முக்கியமானவை. இவை ஒவ்வொன்றையும் விருப்பு வெறுப்பு இல்லாமல் மிக விரிவாகவே ஆராய்வோம். அப்போதுதான் இவர்கள் கூறியிருக்கிற கருத்துகள் அப்பட்டமான வரலாற்றுப் பொய்கள் என்பது புலப்படும்.

தாழ்த்தப்பட்டவர்களின் அரசியல்

தாழ்த்தப்பட்டவர்கள் எப்போதுமே தங்கள் உரிமைகளுக்காகப் போராட்டங்களில் ஈடுபட்டு வந்திருக்கின்றனர் என்பதைத்தான் சரித்திரம் நமக்கு எடுத்துக்காட்டுகிறது.

1779-ல் சென்னை நகரத்தின் செயின்ட் ஜார்ஜ் கோட்டைக்கருகில் இருந்த தங்களின் குடிசைகளை அப்புறப்படுத்துவதை எதிர்த்துக் கிழக்கிந்திய கம்பெனியாருக்குத் தாழ்த்தப்பட்ட மக்கள் ஒரு விண்ணப்பம் அளித்தனர்.

1810-ல் அந்தக் காலத்தில் 'பறச்சேரி' என வழங்கிய பகுதியிலிருந்த தங்களின் குடிசைகளுக்கு விதிக்கப்பட்ட வரிவிதிப்பை எதிர்த்து செயின்ட் ஜார்ஜ் கோட்டையிலிருந்த பிரிட்டிஷ் நிர்வாகத்தாருக்கு மனு அளித்தனர். பிற்காலத்தில் இந்த இடம் 'பிளாக் டவுன்' என்று ஆனது.

1870-ல் 'ஆதிதிராவிட மகாஜன சபை' என்ற பெயரில் ஒரு அமைப்பை ஏற்படுத்திக்கொண்டனர். அது பதிவு செய்யப்படாதது. பின்பு 1892-ல் அது பதிவு செய்யப்பட்டது.

1917-ல் இந்தியாவுக்கு வந்த மாண்டேகு - செம்ஸ்போர்டு தூது குழுவினரிடம் ஒரு மகஜரைக் கொடுத்துத் தங்களை 'ஆதிதிராவிடர்' என்று குறிப்பிடவேண்டும் என்று கேட்டுக்கொண்டனர். இந்த மகாஜன சபையின் செயலாளர் எம்.சி.ராஜா, 1922-ல் அப்போதைய ஆளுநர் வெலிங்டன் பிரபுவால் சட்டமன்ற உறுப்பினராக நியமனம் பெற்றபோது

'ஆதிதிராவிடர்' என்ற பெயரைச் சட்டபூர்வமாக ஏற்கச் செய்தார். இதைத் தொடர்ந்து தமிழ்நாட்டிலிருந்த தீண்டாதோர் 'ஆதிதிராவிடர்' எனப் படலாயினர். பின்னர் ஆந்திரம், கர்நாடகம் ஆகிய பகுதிகளில் இருந்த தீண்டாதார் முறையே 'ஆதி ஆந்திரர்', 'ஆதி கர்நாடகர்' எனப்பட்டனர்.

1891-ல் 'திராவிட மகாஜன சபா' என்ற பெயரில் ஒரு சங்கத்தை ஏற்படுத்தினர். அதன் சார்பில் 1-12-1891-ல் உதக மண்டலத்தில் மாநாடு நடந்தது. அந்த மாநாட்டில் பட்டியல் வகுப்பாருக்கு அரசியல் உரிமைகள், அரசு பணிகளில் வாய்ப்பு, பொருளாதார முன்னேற்றம், கல்விச் சலுகைகள், சிவில் உரிமைகள் ஆகியவற்றைப் பெறுவது பற்றிப் பேசப்பட்டது. பின்வரும் பத்து கோரிக்கைகளை வலியுறுத்தித் தீர்மானங்கள் நிறைவேற்றப்பட்டன.

1. தாழ்த்தப்பட்ட மக்களை இழிவுபடுத்துவதற்காக 'பறையன்' என்று அழைப்பதையும், அந்த வார்த்தையைப்பயன்படுத்துவதையும்தடுக்கும் வகையில் கடுமையான தண்டனை தரும் சட்டம் இயற்ற வேண்டும்.

2. தாழ்த்தப்பட்டோர் முன்னேற்றம் காண்பதற்குக் கல்வி மிக அவசியம். எனவே, தாழ்த்தப்பட்டோரை ஆசிரியர்களாகக் கொண்ட தனியான பள்ளிகளைத் தாழ்த்தப்பட்டோர் வாழும் கிராமங்கள் தோறும் தொடங்கவேண்டும்.

3. மெட்ரிகுலேஷன் தேர்வில் வெற்றி பெறும் மாணவர்களில் மூவரைத் தேர்ந்தெடுத்து அவர்களின் பட்டப்படிப்புக்காக உதவித் தொகை வழங்கவேண்டும்.

4. மெட்ரிகுலேஷன் தேர்வில் வெற்றி பெறுவோர் அனைவருக்கும் அரசு அலுவலகங்களில் வேலை கொடுத்து உதவவேண்டும்.

5. கல்விக்கும் நன்னடத்தைக்கும் தக்கவாறு அரசாங்க அலுவலகங்களில் நியமனம் அளிப்பதற்கு எவ்வகையான தடையும் இருக்கக்கூடாது.

6. மாவட்டங்கள் தோறும் நகராட்சிகளிலும் கிராமப் பஞ்சாயத்து களிலும் தாழ்த்தப்பட்ட மக்களின் குறைகளை எடுத்துச் சொல்வதற் காகத் தாழ்த்தப்பட்ட மக்கள் சார்பில் பிரதிநிதிகள் நியமிக்கப்பட வேண்டும். இவ்வாறு நியமிக்கப்படுவோர் வரி செலுத்துவோராக இருக்கவேண்டும் என்பதை வலியுறுத்தாமல் கல்வித் தகுதி, நன்னடத்தை ஆகியவற்றைக் கருதி நியமிக்கப்பட வேண்டும். நகராட்சி மற்றும் பஞ்சாயத்து நிர்வாகத்தில் தாழ்த்தப் பட்டோர் சார்பில் நியமனம் பெற்ற உறுப்பினர் மற்ற உறுப்பினர்களுக்கு சமமாகவும் மரியாதையுடனும் நடத்தப்படவேண்டும்.

7. சிறைச்சாலை விதிகள் 464-ன் படி சிறைச்சாலைகளில் 'பறையர்கள்' இழிந்த வேலைகளைச் செய்யவேண்டும் என்று விதித்திருப்பதை நீக்க வேண்டும்.

8. தாழ்த்தப்பட்ட மக்கள் பொதுக்கிணறுகள், குளங்கள் ஆகிய வற்றில் எவ்விதத் தடையும் இன்றித் தண்ணீர் எடுத்து அருந்து வதற்கு அனுமதிக்கப்படவேண்டும்.

9. நீதிமன்றங்கள், அரசாங்க அலுவலகங்கள் ஆகிய இடங்களில் மற்ற இந்துக்களோடு தாழ்த்தப்பட்ட மக்கள் செல்லவும் சமமாக உட்காரவும் தற்போதுள்ள கட்டுப்பாடுகளை ஒழிக்கவேண்டும்.

10. நன்னடத்தையுள்ள தாழ்த்தப்பட்டவர்கள், தாழ்த்தப்பட்டோர் பெரும்பான்மையினராக உள்ள கிராமங்களில் கிராம 'முன்சீப்' பதவியிலும், மணியக்காரர் பதவியிலும் அமர்த்தப்பட வேண்டும். மேலும், மாவட்ட ஆட்சித்தலைவர்கள் கிராமங்களுக்குப் பார்வை யிடப் போகும்போது தாழ்த்தப்பட்ட மக்களை நேரடியாகச் சந்தித்து அவர்களின் குறைகளைக் கேட்டு நியாயம் வழங்க வேண்டும்.

இந்தத் தீர்மானங்களையும் கோரிக்கைகளையும் அப்போதைய காங்கிரஸ் கட்சியின் செயலாளருக்கு அனுப்பி வைக்கப்பட்டு, அவர் இவற்றைப் பெற்றுக் கொண்டதற்கு அத்தாட்சி ரசீது பெறப்பட்டது. ஆயினும், காங்கிரஸ் கட்சியின் சார்பில் இதற்கான பதில் எதுவும் திராவிட மகாஜன சபாவுக்கு அனுப்பப்படவில்லை. முஸ்லீம்களின் சங்கமும் இதற்கான பதிலெதுவும் அளிக்க முன்வரவில்லை. இதைக் குறிப்பிட்டு அந்தக்காலத்தில் பெயர் பெற்ற பட்டியல் வகுப்பு மக்களின் தலைவர் அயோத்திதாசப் பண்டிதர், 'பிராமணர் காங்கிரஸ்' என்று கண்டனம் தெரிவித்திருக்கிறார், அவ்வாறே முகம்மதியர் சங்கத்தையும் கண்டனம் செய்திருக்கிறார்.

1891 -ல் சென்னையிலிருந்த பட்டியல் வகுப்பாரின் தலைவர்கள் 'ஆதிதிராவிட மகாஜன சபா' என்று இன்னொரு சங்கத்தை ஏற்படுத்தினர். இந்தச் சங்கமும், பட்டியல் வகுப்பாரின் நலன்களுக்காகப் பாடுபட்டது.

1892 -ல் சென்னை அரசாங்கம் அப்போது பதிவுத்துறை இன்ஸ்பெக்டர் ஜெனரலாக இருந்த எஸ்.ராகவ ஐயங்காரை சென்னை மாகாணத்தில் பட்டியல் வகுப்பாரின் முன்னேற்றம் பற்றி விசாரிப்பதற்கு நியமித்தது.

1892 -ல் நடந்த சாதி இந்துக்களின் மாநாடு ஒன்றில் கலந்து கொண்ட அயோத்திதாசப் பண்டிதரும் மற்றும் பட்டியல் வகுப்பைச் சார்ந்த தலைவர்களும், பட்டியல் வகுப்பைச் சார்ந்த பிள்ளைகள் படிப்பதற்குக் கிராமங்களில் பள்ளிக்கூடங்களைத் திறக்கவேண்டும்; புறம்போக்கு நிலங்களை ஆங்காங்கே உள்ள பட்டியல் வகுப்பாருக்கு ஒதுக்கித் தர வேண்டும் என்று அரசாங்கத்தைக் கேட்டுக்கொண்டு தீர்மானங்கள்

நிறைவேற்றினர். சாதி இந்துக்களின் இந்த மாநாட்டில் நிறைவேற்றப் பட்ட மேற்படி தீர்மானங்களை ராவ் பகதூர் இரட்டைமலை சீனிவாசன் ஒரு மாநாட்டைக் கூட்டி மீண்டும் நிறைவேற்றி அனுப்பினார். அப்போதைய சென்னை அரசாங்கம் இந்தக் கோரிக்கைகளை ஏற்றுக்கொண்டு, நிலமில்லாத பட்டியல் வகுப்பாருக்கும் முன்னாள் படை வீரர்களுக்கும் நிலங்களை ஒதுக்கி அளிக்கவும் பள்ளிகளைத் தொடங்கவும் உத்தரவு பிறப்பித்தது.

(அரசாணை எண்:1010 - வருவாய்த்துறை-நாள்:30.9.1892)

(அரசாணை எண்:1010 அ - வருவாய்த்துறை-நாள்:30.9.1892)

(அரசாணை எண்: (சென்னை) 68 - கல்வித்துறை-நாள்:1.12.1893)

1891 - ஆம் ஆண்டு முதல் தொடர்ந்து பல மாநாடுகளையும் கூட்டங் களையும் பட்டியல் வகுப்பு மக்கள் தொடர்ந்து நடத்தி இருக்கிறார்கள் *(1891ஆம் ஆண்டில்தான் ஈவேரா காசிக்குப் புனித பயணம் மேற் கொண்டார்!)*

தாழ்த்தப்பட்டவர்கள் தங்கள் உரிமைகளுக்காகக் குரல் எழுப்பிய கூட்டங்கள், மாநாடுகள் பற்றிய விபரங்கள் பெரியவர் டி.பி.கமல நாதன் அவர்கள் எழுதிய Mr.K.Veeramani, M.A,B.L. is Refuted and the Historical Facts about the Schedule Caste's Struggle for Emancipation in South India என்ற நூலிலும், பெரியவர் அன்பு பொன்னோவியம் அவர்கள் எழுதிய 'உணவில் ஒளிந்திருக்கும் சாதி' என்ற நூலிலும் பல விபரங்கள் விரவிக் கிடக்கின்றன. தாழ்த்தப்பட்டவர்களின் போராட்டங்களைப் பற்றி அறிய விரும்புகிறவர்கள் அப்புத்தகங்களைப் படிக்கவும்.

மக்களுக்கு விழிப்புணர்வு ஊட்டுவதற்காகப் பல பத்திரிகைகளையும் தாழ்த்தப்பட்டவர்கள் நடத்தி இருக்கிறார்கள்.

1869 - சூரியோதயம், *1900* - பூலோக வியாசன்,

1871 - பஞ்சமன்

1877 - சுகிர்த வசனி

1885 - திராவிட பாண்டியன் - ஆசிரியர் : ஜான் ரத்தினம்

1885 - திராவிட மித்திரன்

1886 - ஆன்றோர் மித்திரன் - ஆசிரியர் : வேலூர் முனிசாமி பண்டிதர்

1888 - மகாவிகட தூதன் - ஆசிரியர் : டி.ஐ.சுவாமிக்கண்ணு புலவர்

1893 - பறையன் - ஆசிரியர் : இரட்டைமலை சீனிவாசன்

1898 - இல்லற ஒழுக்கம்

1900 - பூலோக வியாசன் - ஆசிரியர் : தசாவதானம் பூஞ்சோலை முத்துவீரப்புலவர்

1907 - தமிழன் - ஆசிரியர் : க.அயோத்திதாசப் பண்டிதர்

1907 - திராவிட கோகிலம் - சென்னை, பட்டியல் வகுப்பிலிருந்து மதம் மாறிய கிறிஸ்தவச் சங்கத்தார் வெளியீடு.

1916 - தமிழ்ப் பெண் - ஆசிரியர் : சொப்பன சுந்தரியம்மாள்

இந்த இதழ்கள் சாதிக்கொடுமையையும் தீண்டாமையையும் எதிர்த்துப் போராடி வந்துள்ளன. 'தமிழன்' வார இதழ் இந்த எதிர்ப்பு இயக்கத்துக்கு ஆற்றிய பணி குறிப்பிடத்தக்கது.

இதனால் பட்டியல் வகுப்பு மக்கள், குறிப்பாகச் சென்னை, செங்கல் பட்டு, வட ஆற்காடு, தென் ஆற்காடு மாவட்டங்களில் விழிப்புற்றனர். சிவில் உரிமைகளுக்கான கோரிக்கைகள் எழுந்தன. இவற்றைப் பற்றிய விபரங்கள் செய்தி இதழ்களில் வெளிவரலாயின.

1902 ஆம் ஆண்டில் கிராம மேய்ச்சல் நிலத்தில் ஆடு, மாடுகளை மேய்ப்பதற்கும் பொதுக்குளத்தில் தண்ணீர் எடுப்பதற்கும் இருந்த கட்டுப்பாடுகளை எதிர்த்து அப்போதைய செங்கல்பட்டு மாவட்டம், மதுராந்தகம் வட்டத்தைச் சேர்ந்த ஒரத்தூர் கிராம மக்கள் சிவில் உரிமைப் போராட்டத்தை நடத்தினர். இந்தப் போராட்டத்தை முன் நின்று நடத்திய பண்டிதர் அயோத்திதாசர் இந்த மக்களின் குறையை அரசாங்கத்தின் கவனத்துக்குக் கொண்டுவந்தார். தமிழன் இதழிலும் இதைப்பற்றி விரிவான செய்திகளை வெளியிட்டார்.

ஒடுக்கப்பட்ட மக்களுக்கு விழிப்புணர்வு ஊட்டுவதற்காகத் தன்னல மில்லாத பலர் கல்விக்கூடங்களையும் இரவுப் பள்ளிகளையும் மாணவர் விடுதிகளையும் ஆரம்பித்தனர்.

சென்னை, வெஸ்லியன் மிஷன் பள்ளியைச் சார்ந்த ஜான் ரத்தினம் பிள்ளை, சென்னை, பிரம்மஞானச் சபையைச் சார்ந்த கர்னல் ஹென்றி ஸ்டீல் ஆல்காட் துரை, தங்கவயல் செல்லப்ப மேஸ்திரி, எம்.ஏ. முருகேசம், ஆர்.ஏ.தாஸ், சிதம்பரம் சாமி சகஜானந்தா, பி.வி.சுப்பிர மணியம், இரத்தினம், திருச்சி வீராசாமி, எல்.சி.குருசாமி, பி.எஸ். மூர்த்தி, எம்.பழனிச்சாமி ஆகியோர் இவர்களில் குறிப்பிடத்தக்க சிலர்.

1937ல் அப்போதைய ராணிப்பேட்டை சட்டமன்ற உறுப்பினராக இருந்த ஜமேதார் ஆதிமூலம், பி.எத்துராஜ், தம்பிசாமி மேஸ்திரி, டி.முனிசாமி பிள்ளை ஆகியோர் முயற்சியால் வேலூரில் வட ஆற்காடு மாவட்ட ஆதிதிராவிடர் கல்வி அபிவிருத்தி சங்கம் நிறுவப்பட்டது. 1938 இல் இந்தச் சங்கத்தின் சார்பில் தங்கவயல் ஆர்.ஏ.தாஸ் அவர்களின்

தந்தையார் ராமதாஸ் பெயரில் மாணவர் விடுதி ஒன்று ஏற்பட்டது. ராணிப்பேட்டையில் முன்னாள் நாடாளுமன்ற உறுப்பினர் ஏ.ஜெயராமன், ஏ.சுந்தரம், வி.எல்.மோகனம், ஜி.ஜெகன்நாதன், ஜே.வி.ராகவன், கங்காதரன், ஆர்.டி.எஸ்.மூர்த்தி, கே.பி.ஆறுமுகம் ஆகியோரின் அரிய முயற்சியால் தாத்தா இரட்டை மலை சீனிவாசன் மாணவர் விடுதி ஏற்பட்டது.

எம்.கிருஷ்ணசாமி, ஜே.ஜே.தாஸ், கே.எம்.சாமி, வி.எஸ்.சுப்பையா, ஆதிமூலம், டாக்டர் சுப்பிரமணியம் ஆகியோரும் பிறரும் ஒடுக்கப் பட்ட மக்களின் உயர்வுக்காக அயராது பாடுபட்டவர்களாவர்.

இதுமட்டுமல்ல,

மாண்டேகு குழுவின் அரசியல் சீர்திருத்தத்தைப்பற்றித் தாழ்த்தப்பட்ட ஆதிதிராவிடர்கள் பல கூட்டங்களில் தங்கள் எண்ணங்களையும் எதிர்பார்ப்புகளையும் பகிர்ந்துகொண்டார்கள். நீதிக்கட்சியினர் அக்குழுவினரைச் சந்திப்பதற்கு முன்பே ஆதிதிராவிட ஜன சபையார் சந்தித்துவிட்டார்கள். (உணவில் ஒளிந்திருக்கும் சாதி, சித்தார்த்தா பதிப்பகம்)

நீதிக்கட்சியும் ஈவேராவும் தங்களின் உரிமைகளைப் பற்றிச் சிந்தனை செய்யுமுன்னே தாழ்த்தப்பட்டவர்கள் தங்கள் உரிமைகளைப் பற்றிச் சிந்தித்து அதற்காகப் போராடியுள்ளனர்.

தாழ்த்தப்பட்டவர்கள் தங்கள் உரிமைக்காகத் தாங்களே போராடிய சரித்திரச் சான்று இப்படியிருக்க, நீதிக்கட்சி இல்லை என்றால் தாழ்த்தப் பட்ட மக்கள் ஊமைகளாக இருந்திருப்பார்கள் என்று கூறுவது தாழ்த்தப்பட்டவர்களின் வரலாற்றை இருட்டடிப்பு செய்வதற்குச் சமமாகும்.

உ

தாழ்த்தப்பட்டவர்களின் காவலர்கள்

நீதிக்கட்சி ஆரம்பிப்பதற்கு முன்னாலேயே தாழ்த்தப்பட்டவர்கள் தங்கள் உரிமைக்காகப் போராடிய வரலாறு பல உண்டு. அப்படிப் போராடிய தாழ்த்தப்பட்ட தலைவர்களையும் அவர்களின் போராட்டங் களையும் பற்றிச் சுருக்கமாகப் பார்ப்போம்.

பண்டித க. அயோத்திதாசர் (1845 - 1914)

சமுதாயத்திலிருந்து அறியாமையை நீக்கவும் உயர்வு தாழ்வு மனப் பான்மையைக் கண்டித்தும், மக்களைச் சிந்திக்கத் தூண்டும் வகையில் பல நூல்களை எழுதினார். 1886லிருந்து பகுத்தறிவுக் கொள்கையை முதன் முதலில் தமிழகத்தில் பரவச் செய்தவர் என்ற பெருமைக் குரியவர். கிராமங்கள்தோறுமுள்ள நிலமற்ற விவசாயிகளுக்கு நிலமும் இடுகாடு-சுடுகாடு போன்றவையும் கிடைக்க வழிசெய்தவர். மருத்து வத்திலும் சிறந்து விளங்கினார்.

1889ல் கர்னல் ஆல்காட், மேரி பால்மெர், அன்னிபெசன்ட் போன்றோர் உதவியுடன் நகரில் பல பள்ளிகளை அமைத்தார். 1902ல் தென்னிந்திய பௌத்த சாக்கிய சங்கத்தை நிறுவி மக்களுக்கு சமயம், சமுதாயம், கல்வி ஆகிய துறைகளில் இடைவிடாமல் பணியாற்றினார்.

1907-ல் தமிழன் என்ற பத்திரிகையை ஆரம்பித்தார். இது இலங்கை, பர்மா, சிங்கப்பூர், தென்னாப்பிரிக்கா போன்ற கடல்கடந்த நாடுகளிலும் இந்தியா முழுவதிலும் வெளிவந்தது. அவர் படைத்த நூல்களில் 'புத்தரது ஆதிவேதம்' அவரது ஆராய்ச்சித்திறனுக்கு ஓர் சான்றாகும்.

இரட்டைமலை சீனிவாசனார் (1860 - 1945)

இவர் நீலகிரியில் வணிகத்துறை கணக்காயராகப் பணியாற்றினார். சென்னையில் குடியேறிய பின் 1882லிருந்து 1885வரை பல அரசாங்கக்

குறிப்பேடுகளையும், வரலாற்று நூல்களையும், கல்வெட்டுகளையும் ஆராய்ந்தார். தென்னிந்தியா முழுவதிலும் சுற்றுப்பயணம் செய்து மக்களின் அன்றாட வாழ்க்கை நிலைமைகளை நேரில் கண்டறிந்தார். 1884ல் தியோசபிகல் சொசைட்டியின் ஆண்டு விழாவில் கலந்துகொண்டார். அந்த சபையின் பணிகள் தாழ்த்தப்பட்ட மக்களுக்குப் பயன்படாது என்று உணர்ந்து அப்பேரவையிலிருந்து விலகினார். தாழ்த்தப்பட்ட மக்கள் வாழும் பகுதிகள் தோறும் சென்று கல்வி கற்பதின் அவசியத்தையும் சுகாதாரத்துடன் இருத்தல், சுத்தமான ஆடைகளை அணிதல், பண்புடன் பேசுதல் போன்றவற்றைக் கடைபிடித்து ஒழுக வேண்டுமென்று மக்களை வற்புறுத்தினார். 1891ல் ஆதிதிராவிட மகாஜன சபையில் சேர்ந்து திறம்படப் பணியாற்றினார். 1892ல் 'பறையன்' என்ற பத்திரிகையைத் தொடங்கி மக்கள் விழிப்படையும் வகையில் பல அரிய கருத்துகளை வெளியிட்டார்.

1893ல் ராயப்பேட்டை வெஸ்லி பள்ளியில் தாழ்த்தப்பட்ட மக்களின் மாநாட்டைக் கூட்டினார். இது இந்தியாவிலேயே கூட்டப்பட்ட முதல் மாநாடாகும். 1900 வரை எண்ணற்ற மாநாடுகளைக் கூட்டி மக்கள் நலனடையவும், பாதுகாப்புப் பெறவும் ஆங்கில அரசிடம் ஓயாமல் போராடினார். பிறகு இங்கிலாந்து செல்லப் புறப்பட்டு இடையில் தென்னாப்பிரிக்கா சென்று அரசாங்கப் பணியை மேற்கொண்டார். அங்கு தாழ்த்தப்பட்ட மக்களின் நலனில் அக்கறை கொண்டிருந்தார். அங்கிருந்தவாறே இந்திய மக்களின் நல்வாழ்வில் சிரத்தை கொண்டார். 1921ல் மீண்டும் இந்தியாவுக்கு வந்து, சமுதாயப் பணியில் தீவிரமாக ஈடுபட்டார். 1922ல் சென்னை சட்டசபைக்குத் தெரிந்தெடுக்கப்பட்டார். 1925ல் தீண்டாமை ஒழியப் பல திட்டங்களைத் தந்தார்.

1930ல் லண்டன் வட்டமேஜை மாநாட்டுக்கு இந்தியத் தாழ்த்தப்பட்ட மக்களின் சார்பில் கலந்துகொண்டார். 1932ல் பூனா ஒப்பந்தத்தின்போது பொறுப்பேற்று அண்ணல் அம்பேத்கருடன் இணைந்து பணியாற்றினார். இவர் தொடர்ந்து சென்னை சட்டமன்ற உறுப்பினராகத் தொண்டாற்றினார்.

தாழ்த்தப்பட்ட மக்களின் பாதுகாவலர்
எம்.சி. ராஜா (1883-1945)

இவர் இளமையில் ஆசிரியராகப் பணியாற்றினார். மாணவர்களுக்குப் பல நூல்கள் எழுதினார். 1936ல் நுங்கம்பாக்கத்தில் 'திராவிடர் பள்ளியை' ஆரம்பித்துவைத்தார். நகர் முழுவதிலும் இரவு பள்ளிகளை நிறுவக் காரணமாக இருந்தார். சென்னை மாநகர சாரணர் குழுவின் தலைவ ராகப் பலகாலம் இருந்து ஒருவருக்கொருவர் உதவி செய்து கொள்ளும் பண்பாட்டை வளர்த்தார். சென்னை பச்சையப்பன் கல்லூரியில்

தாழ்த்தப்பட்ட மாணவர்களை 1927லிருந்து சேர்த்துக்கொள்ள வகை செய்தார்.

இளம் வயதிலேயே மாநில ஆதிதிராவிட மகாஜன சபையின் செயலாள ராகத் தொண்டாற்றினார். பேச்சுத்திறன் மிகுந்த இவர் மக்களிடம் கால நிலைமையையும், மக்களின் கடமையையும் தெளிவாகச் சுட்டிக் காட்டினார். 1917லிருந்து தாழ்த்தப்பட்ட மக்களின் தீண்டாமை ஒழிப்பு, ஆலய நுழைவு போன்ற போராட்டங்களில் அவர் ஆற்றிய பணி சிறப்பானதாகும்.

1919ல் சென்னை சட்டமன்ற உறுப்பினராகத் தேர்ந்தெடுக்கப்பட்டார். பிறகு நாடாளுமன்றத்திலும் பணியாற்றினார். தாழ்த்தப்பட்ட மக்கள் இன்னல்களும் இழிவுகளும் நீங்கி முன்னேற வேண்டி அரசியல் அதிகாரம் பெறப் போராடினார். இதற்காக பட்லர் கமிட்டி, மாண்டேகு-செம்ஸ்போர்ட் சைமன் கமிஷன் போன்ற பல குழுக்களைச் சந்தித்து சாட்சியம் கூறினார். 1929ல் லண்டன் சென்று தாழ்த்தப்பட்ட மக்களின் நலனுக்காகப் போராடினார். 1930ல் வட்டமேஜை மாநாட்டுக்காக அரிய கருத்துகளை வெளியிட்டார். கூட்டுத்தொகுதியுடன் கூடிய தனித் தொகுதி முறையை முதலில் கூறியவர் இவர்தான். மக்களுக்காக அரசியலே தவிர அரசியலுக்காக மக்கள் அல்ல என்பது இவருடைய வாதமாகும். சிறிது காலம் தமிழக அமைச்சராகப் பணியாற்றினார். இறுதிக்காலம் வரை சட்டமன்றத்தில் தொண்டாற்றினார்.

சிந்தனைச் செம்மல் பேராசிரியர் என். சிவராஜ் (1892-1964)

பட்டப்படிப்புக்குப் பிறகு சிறிது காலம் உயர்நீதிமன்றத்தில் வழக்கறிஞ ராகப் பணியாற்றினார். பிறகு சட்டக் கல்லூரி விரிவுரையாளராகவும் பேராசிரியராகவும் இருந்தார். இவர் இளமையிலிருந்தே தாழ்த்தப்பட்டத் தலைவர்களோடு இணைந்து தொண்டாற்றினார். தன்னுடைய கருத்தாழமிக்க உரைகளால் இவர் மக்களால் நல்ல சிந்தனையாளராக மதிக்கப்பட்டார். மக்களுக்காகப் பல கூட்டங்களையும் மாநாடுகளையும் கூட்டிச் சிறந்த கருத்துகளைக் கூறினார். நீதிக்கட்சியும் சுயமரியாதை இயக்கமும் இவரை நன்கு பயன்படுத்திக்கொண்டன.

1922-ல் சென்னை சட்டமன்ற உறுப்பினரானார். மாணவர் விடுதிகள் நகரில் பல இடங்களில் தோன்றக் காரணமாயிருந்தார். நில உடமை கிடைக்காமல் தாழ்த்தப்பட்டவர்களின் அடிமைமுறை மாறாது என்ற கொள்கையை உடையவர். சட்டமன்றத்தின் பல்வேறு குழுக்களில் இடம்பெற்று சிறப்பாகப் பணியாற்றினார். 1945-ல் மாநகராட்சி மேயரானார். 1942-ல் தொகுக்கப்பட்டோர் சம்மேளனத்தின் அகில

இந்தியத் தலைவராகத் தேர்ந்தெடுக்கப்பட்டார். சான்பிரான்ஸிஸ்கோ மாநாட்டில் கலந்துகொண்டு இந்திய ஏழை மக்களின் இடர்பாடுகளை விளக்கினார். 1946ல் மக்களின் இழிவுகளை நீக்கி இன்னல்களைப் போக்க ஏதும் நடவடிக்கை எடுக்காததால் ஆங்கில அரசை எதிர்த்து அவர்கள் தந்த திவான் பகதூர் என்ற பட்டத்தை உதறித் தள்ளினார். இந்தியர்களையும் ஆங்கிலேயர்களையும் தட்டிக்கேட்கும் வகையில் 1946ல் ஜெய்பீம் என்ற ஆங்கில வார இதழை ஆரம்பித்து நடத்தினார். நடத்தினார். தொகுக்கப்பட்டோர் சம்மேளனம் அரசியல் இயக்கமாக மாறியபோதும் அதனுடைய அகில இந்தியத் தலைவராகவே நீடித்தார். 1956ல் பேரறிஞர் அம்பேத்கர் அவர்கள் உருவகப்படுத்திய அகில இந்திய குடியரசு கட்சியை உருவாக்கி அதன் காப்பாளராகவும் ஒப்பற்ற தலைவராகவும் விளங்கினார். 1944லும் 1960லும் நாடாளுமன்ற உறுப்பினரானார். அங்கு பல செயற்குழுக்களில் பங்கேற்று நாட்டுக்கு ஆக்கபூர்வமான திட்டங்களைத் தந்தார்.

புரவலர் பெருமகன் பி.எம். மதுரைப்பிள்ளை (1858 - 1913)

1877ல் சென்னை கவர்னர் பக்கிங்ஹாம் பிரபுவிடம் எழுத்தராகப் பணியாற்றினார். பிறகு ரங்கூன் ஸ்ட்ராங் ஸ்டீல் என்ற அமைப்பின் ஊழியரானார். வாணிபத்தில் நன்னடத்தையும் நம்பிக்கையாளராகவும் இருந்து சொந்தமாக கப்பல் வாங்கி துபாஷ் ஸ்டீவ்டேன் என்ற ஏற்றுமதி இறக்குமதி வர்த்தக நிறுவனத்தை ஆரம்பித்துத் திறமையாக நடத்தினார். இங்கிலாந்து, ஸ்காட்லாந்து, வேல்ஸ், ஜெர்மனி, டென்மார்க், ஃபிரான்ஸ், நார்வே, இத்தாலி, எகிப்து ஆகிய மேலை நாடுகளுக்குச் சுற்றுப்பயணம் செய்தார்.

தன்னுடைய வருவாயில் ஒரு பகுதியை இந்துக் கோயில்களுக்கென்று நிரந்தரமாகக் கொடுத்து வந்தார். சொந்தமாக ஒரு கோயிலையும் கட்டினார். இவர் குறுகிய மனிதாபிமானியாக இருக்காமல் கிறிஸ்துவர் களாலும் முகம்மதியர்களாலும் நடத்தப்பட்டு வந்த ஸ்தாபனங் களுக்கும் உதவி புரிந்து வந்தார்.

சமூகத்தில் காணப்படும் பிரச்னைகளுக்குக் கல்விதான் சரியான மருந்து என்பதை உணர்ந்து ஒரு உயர்நிலை பள்ளியைக் கட்டினார். அறிவுக்கு உகந்த நல்ல கதைகளையும், கருத்துகளையும் அச்சிட்டு இலவசமாக மக்களுக்கு வழங்கினார்.

1885லிருந்து 1900 வரை ரங்கூன் முனிசிபாலிடி கமிஷனராக இருந்தார். சுமார் 25 ஆண்டுகள் இரண்டாவது வகுப்பு கௌரவ நீதிபதியாகப்

பணியாற்றினார். டர்பன் மருத்துவமனைக்கு ஒரு பெருந்தொகையை நன்கொடையாக கொடுத்து உதவினார். தாழ்த்தப்பட்ட புலவர் பெருமக்கள் இவர் மீது கவிபாடி பல உயர்ந்த பரிசில்களைப் பெற்றிருக்கிறார்கள். இவரை கிறிஸ்தவ, முகம்மதியப் புலவர்களும் பாடியுள்ளனர். சுமார் 500க்கும் மேற்பட்ட புலவர்கள் பாடிய பாக்களைக் கொண்ட 1500 பக்கங்களுடைய 'மதுரை பிரபந்தம்' என்ற நூல் ஒன்று இன்றும் அவர் புகழ் பாடி நிற்கிறது. இவர் 1906ல் ஐந்தாம் ஜார்ஜ் மன்னரிடம் சிறந்த பொதுத்தொண்டர் என்று அறிமுகம் செய்து வைக்கப்பட்டார்.

மக்களுள் மாணிக்கம் டி. ஜான்ரத்னம் (1846-1942)

ஸ்பென்ஸர் கம்பெனியில் ஊழியராகப் பணியாற்றினார். தாழ்த்தப்பட்ட மக்கள் கலைக் கல்வி, தொழிற் கல்வி ஆகியவற்றால் பெறும் பொருளாதார முன்னேற்றமே அவர்கள் அனுபவித்துவரும் சமூகக் கொடுமைகளில் இருந்து விடுதலை பெற வழிவகுக்கும் என்று நம்பிச் செயல்பட்டார். 1886ல் ஒரு 'மாதிரி' பள்ளியை நிறுவினார். அதனால் விளைந்த நன்மைகளைக் கண்டு உற்சாகமடைந்து 1892ல் ஆண்-பெண் இருபாலரும் படிக்க ஆயிரம் விளக்கில் பெரியதொரு கல்விக்கூடத்தை அமைத்தார். அவரே தலைமை ஆசிரியராக இருந்து பணியாற்றினார். மேலும், மக்கிமா நகர், தேனாம்பேட்டை போன்ற பகுதிகளிலும் பள்ளிகளைத் தொடங்கினார். இவையன்றிச் சித்திரம், தச்சு, தையல் போன்றவற்றைக் கற்றுத் தரும் தொழிற்கல்விக்கூடம் ஒன்றையும் மாணவர் விடுதியையும் 1889-ல் தோற்றுவித்தார்.

1877ல் புனிதரான அவர், அதற்கு முன்னும் பின்னும் மக்கள் பணிகளில் தீவிரமாக ஈடுபட்டார். 1885ல் திராவிட பாண்டியன் என்ற தமிழ் வெளியீட்டை ஆரம்பித்துத் திறமையான வாதங்களால் மக்களை விழிப் படையச் செய்தார். அன்றைய சூழ்நிலையில் தாழ்த்தப்பட்ட மக்கள் பல்வேறு அமைப்புகளை ஆரம்பித்துச் செயல்பட்டனர். இவர் 1892ல் 'திராவிடர் கழகம்' என்ற அமைப்பை ஆரம்பித்து அதனைச் சமுதாயப் பணியில் ஈடுபடுத்தினார். இதற்கான பல அறிவு சார்ந்த பிரசுரங்களை வெளியிட்டார்.

1897லிருந்து சிலகாலம் கௌரவ நீதிபதியாகத் தொண்டாற்றினார். தாழ்த்தப்பட்ட மக்களின் வாழ்விலும் வளத்திலும் அக்கறை கொண்டிருந்த இவர் அவர்களுக்குக் குடியிருக்கவும் பள்ளிக்கூடத்துக்கு நிலம் பெறவும் கவர்னரைப் பார்த்து முறையிட்டுப் பெற்றுத் தந்தார். தாழ்த்தப்பட்ட மக்களை ஓரணியில் திரட்ட இணைப்புப் பாலமாகக் கூடுமிடம் ஒன்றைச் சுமார் நூறு ஏக்கர் நிலத்தில் சமூகக்கூடத்துடன்

அமைக்க முயன்றார். தாழ்த்தப்பட்ட மக்களுள் எழுந்த கிறிஸ்தவர், பௌத்தர், சைவர், வைணவர் போராட்டங்களால் இது தடை பட்டுவிட்டது.

பெரு வணிகர் பி.வி. சுப்ரமணியம் (1859 - 1936)

தொழிலில் நாணயமும் செயலில் திறமையும், நம்பிக்கையும் கொண்ட இவர் வணிகத் துறையில் அயராது உழைத்தார். ஏராளமாகப் பொருள் சேர்த்தார். ஊறுகாய் மன்னர் என்று பலராலும் உலகமெங்கும் புகழப்பட்டார். அவர் தம் ஊறுகாய் வகைகளை இங்கிலாந்து பேரரசர் குடும்பத்தினர் முதல் உலகத்தின் எல்லாப்பகுதி மக்களும் அதனைப் பெரிதும் விரும்பினர். இவர் தமிழகத்தின் கோடீஸ்வரர்களில் ஒருவராவார்.

இவர் தாழ்த்தப்பட்ட மக்களின் சமய நெறியாளர்களான தட்சிணாமூர்த்தி சுவாமிகள் போன்றவர்களை ஆதரித்தும் அவர்களுக்கு கோவில் அமைத்து அவற்றுக்கு காப்பாளராகவும் இருந்திருக்கிறார். பல்வேறு சமயப் பணிகளுக்கும் பேருதவி புரிந்திருக்கிறார்.

தாழ்த்தப்பட்ட மக்கள் அனைவரும் கல்வியை - குறிப்பாக ஆங்கிலக் கல்வியைப் பெற வேண்டுமென்பது இவரது ஆசையாகும். எனவே பல சிறு பள்ளிகளுக்கு பொருளுதவி செய்து ஊக்குவித்தார். 1920ல் வேங்கடாசலம் ஏழையர் பள்ளியை சிந்தாதிரிப்பேட்டையில் துவக்கினார். இன்றும் அது நடைபெற்று வருவது பெருமைக்குரியதாகும். பலமுறை பெரிய பள்ளியைத் தோற்றுவிக்க முயற்சித்தார். சமுதாயத்தில் அன்றுள்ள சமய சமுதாய உட்போராட்டங்களாலும் வேறு காரணங் களாலும் அது தடைபட்டுவிட்டது.

வணிகத் துறையில் பெரிதும் ஆழ்ந்திருந்த இவர் தமது மக்களின் நல்வாழ்விலும் அக்கறை கொண்டிருந்தார். தமிழ் மக்களுள் இருக்கும் பிளவுகளையும் பிணக்குகளையும் ஒழிக்க வேண்டுமானால் ஒரே பெயரின் அடிப்படையில் இயங்கவேண்டும் என்று எண்ணினார். எனவே 1922ல் திராவிடர் - ஆதிதிராவிடர் ஆகிய இருபெரும் வகுப்பினரையும் மாநாட்டின் வாயிலாக ஒன்று கூட்டி அறிவுரை வழங்கினார். தாழ்த்தப்பட்ட மக்களால் நடத்தப்பெறும் கூட்டங்களுக்கும் மாநாடுகளுக்கும் ஆகும் செலவினங்களை இவரே ஏற்றுக்கொள்வார். தலைவர்கள் வெளியூர்களுக்கும் அயல்நாடுகளுக்கும் செல்லும் போதெல்லாம் அவர்களுக்கு உடை, வழிச்செலவு போன்றவற்றைக் கொடுத்து உதவுவார். சமுதாயத்தில் தாழ்த்தப்பட்ட மக்களுக்கு ஏற்படும் இன்னல்களுக்கு கவர்னர் வைசிராய் போன்றோரிடம் முறையிட்டு அவ்வப்போது பயன் காணுவார்.

வி.ஜி. வாசுதேவப்பிள்ளை, M.C.,M.L.C.,F.M.U.M.R.A.S (1878 - 1938)

இவர் வள்ளல் ரங்கூன் மதுரைப்பிள்ளை அவர்களின் மருமகனும் தலைவர் சிவராஜ் அவர்களின் மாமனாருமாவார்.

கல்லூரிப் படிப்பை இடையில் நிறுத்திவிட்டு 1900ஆம் ஆண்டு முதல் சமுதாயத் தொண்டில் தன்னை ஈடுபடுத்திக்கொண்டார். நமது மூத்த தலைவர்களான ஆர்.சீனிவாசன், எம்.சி.ராஜா போன்றோர்களிடையே தனித்தன்மை வாய்ந்த தலைவராகத் திகழ்ந்தார். 1912 முதல் சிறிது காலம் ரங்கூன் சென்று வள்ளல் மதுரை பிள்ளை பள்ளியின் கண் காணிப்பாளராகப் பணியாற்றி மீண்டார். சென்னை மாநிலச் சிறையதி காரியாகவும் பணிபுரிந்தார். பொதுத்தொண்டில் தீவிரமாகச் செயல்பட்டு பல அரிய ஆலோசனைகளையும் திட்டங்களையும் தந்ததின் மூலமாகப் பலராலும் பாராட்டப்பட்டார். 1920-ல் தாழ்த்தப்பட்ட மரபிலே இந்தியாவிலேயே முதல் மாநகராட்சி உறுப்பினரான பெருமைக் குரியவர். அவரது உழைப்பின் நினைவாக சென்னை வால்டாக்ஸ் நெடுஞ் சாலையில் வாசுதேவ பிள்ளை பூங்கா ஒன்று நிர்மாணிக்கப்பட்டது.

பல்வேறு அமைப்புகளில் பங்கு கொண்டு திராவிட, ஆதி திராவிட மக்களுக்காகப் பாடுபட்டார். பல மாநாடுகளை முன்னின்று நடத்தினார். இவற்றில் 1928-1925ம் ஆண்டுகளில் பச்சையப்பன், வெஸ்லியன் கல்லூரிகளில் நடைபெற்ற மாநாடுகள் முக்கியமானவை. கவர்னரிடம் சென்று கோரிக்கைகள் கொடுத்து பல செயல்களைச் சாதித்திருக்கிறார். 1935ம் ஆண்டிலிருந்து சென்னை சட்டமன்ற உறுப்பினராகவும் அரசாங்கம் அமைத்த பல்வேறு குழுக்களில் பங்கேற்று மக்களுக்கும் நாட்டுக்கும் அரிய பல சேவைகளைச் செய்தார்.

ராவ் சாகேப் வி. தர்மலிங்கம் பிள்ளை, M.L.C., J.P (1872-1944)

இவர் 1872ல் சென்னையில் பிறந்து ரங்கூனில் வளர்ந்தார். தனது கல்லூரி படிப்புக்குப் பிறகு கணக்கியல் துறை அதிகாரியாகவும் வருவாய்த் துறை அதிகாரியாகவும் பணியாற்றினார். 1860ல் தாழ்த்தப்பட்ட மக்களின் பாதுகாவலர்கள் பலர் பல நூல்களையும் பத்திரிகைகளையும் வெளியிட்டனர். அவை கடல் கடந்து சென்று மக்களை விழிப்படையச் செய்தன. அவ்வாறு உணர்ச்சி பெற்றவர்களில் தலைவர் தர்மலிங்கமும் ஒருவர். ரங்கூன், சிங்கப்பூர், சிலோன், தென்னாப்பிரிக்கா போன்ற இடங்களில் குடியேறிய மக்களின் வாழ்க்கைப் பிரச்னைகளையும் இந்தியாவிலுள்ள இழிவான நிலைகளையும் உணர்ந்த அவர்

இந்தியாவுக்குத் திரும்பியவுடன் சிறிதுகாலம் கூட்டுறவு சங்கங்களின் தலைவராகவும் கௌரவ நீதிபதியாகவும் பணியாற்றிக்கொண்டே சமுதாயத் தொண்டில் தீவிரமாக ஈடுபட்டார்.

1917, 1923 ஆண்டுகளில் மாண்டேகு-செம்ஸ்போர்ட், சைமன் கமிஷன் போன்ற குழுக்களிடம் தாழ்த்தப்பட்ட மக்களின் தலைவர்களோடு இணைந்து விரைவான முன்னேற்றத்துக்கு அரிய திட்டங்களைத் தந்தார். வட்டமேஜை மாநாடு, பூனா ஒப்பந்தம் போன்ற காலங்களில் தலைவர்களில் சிலர் வேறு இயக்கங்களுக்கு இழுக்கப்பட்டார்கள். அதற்குப் பலியாகாமல் தனித்து நின்று ஷெட்யூல்டு வகுப்பினரின் நன்மை ஒன்றையே கருத்தில் கொண்டு பல மாநாடுகளைக் கூட்டித் தீர்மானத்தினை நிறைவேற்றக் காரணமாக இருந்தார். சிறிது காலம் கௌரவ நீதிபதியாகவும் பணியாற்றினார்.

1928-1932 வரை சென்னை சட்ட மன்ற உறுப்பினராக நியமிக்கப்பட்டு சிறப்பாகப் பணியாற்றினார். வடசென்னையில் பல சங்கங்கள், இரவு பள்ளிகள், கூட்டுறவு பண்டக சாலைகள் போன்றவை இவரது தலைமையில் சிறப்பாகத் தொண்டாற்றின. ராயல் கமிஷன், ஹாமன்ட் குழு போன்ற வற்றிடம் தாழ்த்தப்பட்ட மக்களின் விரைந்த முன்னேற்றத்துக்கு பல அரிய திட்டங்களைத் தந்திருக்கிறார்.

மாண்புமிகு தலைவர் ம. பழனிச்சாமி (1870-1941)

1900 வரை தவத்திரு கங்காதர நாவலர் அவர்களின் அன்பு மாணவராக இருந்து திருப்பணிக் கூட்டம் என்ற அமைப்பால் மக்களிடையே அருள்நெறி பரப்பி வந்தார். நற்பழக்கம், நல்லொழுக்கம் போன்ற அறநெறிகளால் மக்கள் விழிப்படைய முதுபெரும் ஞானமார்க்கப் பெருந்தொண்டர்களுக்கு உறுதுணையாக இருந்து தொண்டாற்றினார். நுங்கம்பாக்கம் பாலசுப்ரமணி ஆலயத்தின் ஸ்தாபகராகவும் திருக்காப்பாளராகவும் பலகாலம் இருந்து பணியாற்றினார்.

1921ல் மாணவர் விடுதியை ராயப்பேட்டையில் ஆரம்பித்துக் கவன மாகவும் பாதுகாப்பாகவும் படிக்க வகை செய்தார். ஒழுக்கமும் புலமையும் ஒருவரைச் சமூகத்தில் உயர்த்த வல்லது என்பதற்கு ஓர் உதாரணமாகத் திகழ்ந்தார். இவருடைய நற்பண்புகளாலும் புலமை யாலும் ஈர்க்கப்பட்ட சங்கராச்சாரியார் அவர்கள் இவருக்கு 1923ல் பொன்னாடை போர்த்திப் பெருமைப்படுத்தியது நல்ல சான்றாகும். இவர் சோதிட கணிதத்திலும் தேர்ந்தவர் என்று பலராலும் புகழப்பட்டவர்.

சமூக எழுச்சிப் பணியில் பெரும் பங்கு கொண்டார். பழந் தலைவர் களுடன் இணைந்து பல மாநாடுகளையும் கூட்டங்களையும் கூட்டினார். பெருந்தலைவர் எம்.சி.ராஜா அவர்களுடன் சமுதாய-அரசியல் துறைகளில்

தீவிரமாகப் பாடுபட்டவர்களில் இவரும் ஒருவர். 1929ல் தாழ்த்தப்பட்ட மக்களால் செய்யப்பட்ட வகைவகையான உணவுப்பண்டங்களையும், தச்சு, தையல் போன்ற பொருள்களையும் வைத்துக் கண்காட்சி நடத்தினார்.

1917ல் எழுந்த அரசியல் எழுச்சியில் டாக்டர் நாயருடனும் பெருந் தலைவர்களுடனும் இணைந்து அயராது உழைத்தார். 'திராவிடர் வாலிபர் சங்கம்' போன்ற பல்வேறு அமைப்புகளில் தலைவராக இருந்து தொண்டாற்றினார். 1931ல் சென்னை மாநகராட்சிக்குப் போட்டியிட்டார்.

சுவாமி தேசிகாநந்தா (1877-1949)

J.P.Labour Leader

அரசியலில் மதத்தையும் மதத்தில் சமுதாயத்தையும் போட்டுக் குழப்பிய பல பெரியவர்களைக் கண்டிருக்கிறோம். அரசியல், சமயம், சமுதாயம், கல்வி, தொழில் போன்ற அனைத்துத் துறைகளிலும் தனித்தனியாகச் சிறப்புடன் பணியாற்றி மக்களைக் குழப்பமடையச் செய்யாமல் முன்னேற்றிய ஒருவர் தமிழகத்தில் உண்டென்றால் அது சுவாமி தேசிகானந்தா அவர்களே.

இவர் 1877ல் சென்னை பெரம்பூரில் பிறந்தார். செல்வப் புதல்வனாகச் சீலமாக வளர்க்கப்பட்டார். எம்.ஏ. படிப்போடு கல்வியை நிறுத்திக் கொண்டு 1917-ல் எழுந்த அரசியல் சமுதாய சூழ்நிலைகளில் தன்னை ஈடுபடுத்திக்கொண்டு அதிதீவிரமாகப் பணியாற்றினார். தாய் மொழியிலும் ஆங்கிலத்திலும் நல்ல தேர்ச்சி பெற்றிருந்தார். பல இலக்கியங்களைக் கற்றறிந்தவராகவும் நாவன்மை படைத்தவராகவும் இருந்தார்.

1918ல் தாழ்த்தப்பட்ட மக்களை மேம்படுத்தப் பல பள்ளிகளைத் தோற்றுவித்தார். இதில் ஜார்ஜ் பேரரசர் பெயரால் தொடங்கிய பள்ளி குறிப்பிடத்தக்கது. எளிய மக்களுக்கு வீட்டுமனை கிடைக்க வழிசெய்தார். தொழில் தொடங்கிப் பொருளாதாரத்தை வளர்த்துக்கொள்ளக் கடன் தரும் கூட்டுறவு சங்கங்களை ஏற்படுத்தினார். பக்கிங்ஹாம் கர்நாடிக் தொழிலகத்தின் மேற்பார்வையாளராகவும், தொழிலாளர் அதிகாரியாகவும் கௌரவ நீதிபதியாகவும் பணியாற்றினார்.

1920ல் தவத்திரு தேசிகானந்தா பெரம்பூர் பக்கிங்ஹாம் கர்நாடிக் மில்லில் நடந்த கலவரத்தில் முக்கிய பங்கேற்றார். இதில் பங்குகொண்ட மற்றொரு தலைவர் எம்.சி.ராஜா. தாழ்த்தப்பட்ட மக்களை வேலை நிறுத்தத்திலிருந்து வாபஸ் பெற வைத்து பெருவாரியானவர்களுக்கு மில்லில் தொழில் கற்பதற்குத் துணை செய்தார். மில்லில் பல பணிகளில் நுழைய முடியாதிருந்த நிலையை மாற்ற இவர் பேருதவியாக இருந்தார். சர்.பி.தியாகராய செட்டியார், திரு.வி.க. போன்ற சாதி இந்து தலைவர்கள் மேல் சாதிக்காரர்களுக்கு வேலையில்லாமல் போய்விடுமென்று பயந்து

தங்கள் ஆட்களை வேலைக்கு அனுப்பியதும் குறிப்பிடத்தக்கதாகும். இதனால் ஏற்பட்ட பயங்கர விளைவுகளில் இருந்து தாழ்த்தப்பட்ட மக்களைக் காப்பாற்றினார். புளியந்தோப்பு ஷெட்யூல் வகுப்பு - சாதி இந்து - முஸ்லிம் கலவரத்திலும் ஷெட்யூல் வகுப்பு மக்களைக் காப்பாற்றிய பெருமை இவரைச் சார்ந்ததாகும்.

இவரது தமிழ் அறிவினையும், இலக்கிய, யோக, ஞான மார்க்கங்களில் இவருக்கிருந்த ஆழ்ந்த புலமையும் வாதத்திறமையும் கண்டு வடிவேல் செட்டியார், இளவழகனார், திரு.வி.க, உ.வே.சா, மறைமலையடிகள் போன்றோர் வியந்து பாராட்டியுள்ளனர். இறுதி நாளில் சமயத்துறையில் சத்குரு அனந்து சுவாமிகளின் அடியாராகப் பணியாற்றினார்.

கொங்கு நாட்டு ஆர். வீரையன் (1886-1938)

இவர் 1886ல் கோயம்புத்தூர் குக்கிராமமொன்றில் பிறந்தார். இளமைக் கல்வியைச் சிக்கலின்றி முடித்தார்.

புறநகரங்களிலே பொதுப்பணத்தாலும் அரசாங்கச் சலுகைகளாலும் நடத்தப்படுகிற பள்ளிகளில் தாழ்த்தப்பட்ட மாணவர்களைச் சேர்க்க மறுப்பதையும், தவறிச் சேர்த்துக் கொள்ளப்பட்டால் தனி இடங்களில் அமர்த்தப்படுவதையும் மிக வன்மையாகக் கண்டித்தார். இந்த அவலக் கேட்டிலிருந்து விடுபடத் தெருத் திண்ணைகளிலும், மரத்தடிகளிலும் சிறு பள்ளிகளைத் தொடங்கிவைத்தார். சாதிக் கொடுமைகளையும் உடனடியாக அரசாங்கத்தின் கவனத்துக்குக் கொண்டுவந்து தீர்வு காணுவதிலே முனைப்புடன் பணியாற்றினார்.

தாழ்த்தப்பட்ட மக்கள் அஞ்சலகத்துக்குள் செல்லக்கூடாது, பொதுப் பாதையில் நடக்கக்கூடாது என்ற கட்டுப்பாடுகளை மீறிப் பலரை அழைத்துக் கொண்டு சென்று போராடினார். வீதியோரங்களில் வீடமைத்து வாடும் ஏழை எளியோருக்கு உரிய இடத்தில் நிலம் தந்து ஆதரிப்பது ஆட்சியாளர்களின் கடமை என்பதை அன்றைய அரசாங்கத்துக்கு உணரச்செய்தார். ஒரு குறிப்பிட்ட சமுதாயத்தை அச்சுறுத்தியும் அடித்தும் கூலி தராமலும் வேலை வாங்கும் கொடிய பழக்கத்தை ஆட்சியாளர் கவனிக்காமலிருக்கும் போக்கினை வன்மையாகக் கண்டித்து அதற்குப் பரிகாரம் தேடினார்.

இவர் 1924ல் சென்னை சட்டமன்ற உறுப்பினராகத் தேர்ந்தெடுக்கப் பட்டார். சட்டமன்றத்தில் சிறப்பாகச் செயல்பட்டார். குறிப்பாகத் தீண்டாமையால் விளையும் கொடுமைகளை நீக்குவதில் அதிகக் கவனம் செலுத்தினார். தேர்தல் நேரங்களில் ஊர்ச்சாவடிகளுக்குள் தாழ்த்தப்பட்ட மக்கள் போக முடியாமை, உயர்த்தப்பட்டோர் தாழ்த்தப்பட்ட மக்களின் குடிசைகளை எரிப்பது, அவர்களுடைய

கால்நடைகளைக் கொல்வது போன்ற கொடுமைகளை அவ்வப்போது அரசாங்கத்தின் கவனத்துக்குக் கொண்டுவந்து தீர்வு கண்டார்.

ராவ் பகதூர் வி.ஐ. முனுசாமிப்பிள்ளை, M.C., M.L.C., F.M.U., (1899-1955) M.P. Minister for Agriculture and Rural Development

விவசாயத்துறை அலுவலகத்தில் அதிகாரியாகப் பணியாற்றினார். சமுதாய அக்கறையினால் அரசியல் களத்தில் இறங்கிப் போராடினார்.

1926லிருந்து 1937வரை அவர் தொடர்ந்து சென்னை மாநிலச் சட்டமன்ற உறுப்பினராக நியமிக்கப்பட்டார். இவரது நேர்மையான உழைப்பும் உண்மையான தியாகமும் இவரைப் பல்வேறு அமைப்புகளில் பங்கு பெறச் செய்தது. உதகை மாவட்ட ஆட்சித் தலைவராகவும் மாவட்டக் கல்வி வளர்ச்சிக் குழுவின் தலைவராகவும் செயல்பட்டார். சென்னை பல்கலைக்கழகத்தில் தொடர்ந்து ஆறு ஆண்டுகள் உறுப்பினராகவும் பணியாற்றினார். கோவை, நீலகிரி மாவட்டங்களின் கல்வித்துறைகளின் தலைவராகவும் விவசாய மன்றங்களின் செயலாளராகவும் கூட்டுறவு நிலையங்களில் தலைவராகவும் இருந்திருக்கிறார்.

1933ல் நடைபெற்ற வரலாற்றுப் புகழ்பெற்ற பூனா ஒப்பந்தத்தில் தாழ்த்தப்பட்ட மக்களின் சார்பாகக் கையெழுத்திட்ட தலைவர்களில் இவரும் ஒருவராவார். தாழ்த்தப்பட்ட மக்கள் அரசியல் உரிமை பெறுவதிலே பேரார்வம் காட்டினார். தாழ்த்தப்பட்ட மக்களின் முன்னேற்றத்துக்கும் நாட்டின் நலனுக்கும் பல திட்டங்களைத் தந்துள்ளார். முதுபெரும் தலைவரான ஆர். சீனிவாசன் போன்றோ ரோடு இணைந்து பணியாற்றியுள்ளார். இந்தியா முழுவதிலும் அறிமுகமான தமிழகத் தலைவர்கள் ஒரு சிலரில் இவரும் ஒருவராவார்.

1938ல் சென்னை மாநில அமைச்சரவையில் விவசாயத்துறை அமைச் சராகச் சிறந்த முறையில் பணியாற்றியுள்ளார். 1950லிருந்து 1955 வரை நாடாளுமன்ற உறுப்பினராகச் சிறப்பாகத் தொண்டாற்றிக் கொண்டிருக்கும் போதே இயற்கை எய்தினார்.

ராவ் சாகேப் எம்.சி. மதுரைப்பிள்ளை, M.C., M.L.C.
(1880 - 1935)

எளிய குடும்பத்தில் பிறந்து உழைப்பாலும் நல்ல பண்பாலும் செல்வந் தரானார். பட்டியல் வகுப்பு மக்களின் நலனிலும் எளிய தொழி லாளர்களின் முன்னேற்றத்திலும் மிகுந்த அக்கறை கொண்டிருந்தார். சென்னையில் விரல்விட்டு எண்ணக்கூடிய ஒரு சில செல்வந்தர்களில் இவரும் ஒருவர் என்பது குறிப்பிடத்தக்கதாகும்.

1921ல் பக்கிங்ஹாம் கர்நாடிக் தொழிற்சாலையில் கதவடைப்பு ஏற்பட்டது. முதலாளி-தொழிலாளி என்ற வகையில் தீர்க்கப்பட வேண்டிய பிரச்னை சாதிச் சண்டையாக உருவெடுத்தது. இதனைப் புளியந்தோப்பு கலவரம் என்று குறிப்பிடுவார்கள். இந்த வேலை நிறுத்தத்தினால் துயர வாழ்க்கைக்குப் பலியான திராவிடர்-ஆதிதிராவிடர் ஆகிய இரு தரப்பினர்களையும் தலைவர் மதுரைப் பிள்ளை சமமாகப் பாவித்து உணவும் பணமும் கொடுத்து ஆதரவு தந்தார்.

1925ல் இவர் சட்ட மன்ற உறுப்பினராக நியமிக்கப்பட்டார். அங்கும் அவர் தனித்து நின்றே பணியாற்றினார். ஒரு சில சமயங்களில் முதுபெரும் தலைவர் சீனிவாசனாருடன் இணைந்து பணியாற்றியுள்ளார். மிகுந்த பக்திமானான இவர் அரசியல் அதிகாரம் தாழ்த்தப்பட்ட மக்களுக்குக் கிடைக்க வேண்டும் என்பதில் தணியாத ஆர்வம் கொண்டிருந்தார். தனித்தொகுதி தேர்தல் முறையைவிடக் கூட்டுத் தொகுதி முறையையே சிறந்ததாக ஆரம்பத்தில் கருதினார். சமுதாய நன்மைக்காக, திராவிடர், ஆதித்திராவிடர் ஆகிய இரு தரப்பினரையும் ஒரே மேடையில் பலமுறை கூட்டியிருக்கிறார். ஏழைப் பிள்ளைகள் கல்வி கற்பதற்குப் பணம், உடை, இருக்க இடம் போன்றவற்றைக் கொடுத்து உதவி உற்சாகப்படுத்தினார். இவர் நகர மன்ற உறுப்பினராகவும் சில காலம் தொண்டாற்றியுள்ளார்.

பண்டிதமணி ஜி. அப்பாத்துரையார் (1890-1962)

ஆசிரியர்: தமிழன்

இலக்கியத்தில் மூழ்கிப் புராண இதிகாசங்களில் திளைத்து, வரலாறு உணர்ந்து தருக்கரீதியில் ஆதாரங்களோடு வாதிட்ட பகுத்தறிவாதிகள் தமிழகத்தில் மிகக் குறைவு. அவர்களில் சிறந்தவர் பண்டிதமணி ஜி. அப்பாத்துரையார்.

இவர் 1890ல் கொங்கு நாட்டில் பிறந்து கோலாரில் வளர்ந்தார். தமிழ் ஆர்வமும் அறிவும் பெற்று பண்டிதரானார். இளமையிலேயே கழைக்கூத்து, மாந்திரீகம், பில்லி, சூனியம் போன்றவற்றில் நாட்டங்கொண்டிருந்தார்.

1907ல் இவர் வாழ்க்கையில் பெரும் மாறுதல் ஏற்பட்டது. இதற்கு சென்னை ராயப்பேட்டையிலிருந்து தமிழகத்து முதல் பகுத்தறிவு வாதியான தண்டமிழ் செல்வன் பண்டித க. அயோத்திதாசர் அவர்களால் வெளியிடப்பட்டு வந்த தமிழன் பத்திரிகையும், அயோத்திதாசரின் எண்ணற்ற விளக்கக் கூட்டங்களே காரணமாகும். சமயம், சமுதாயம், இலக்கியம் ஆகிய துறைகளில் வல்லவர்களோடு வாதிட்டு வெற்றி காணுவது இவருக்குக் கைவந்த கலையாக இருந்தது. 1912லிருந்து திராவிடன், நவசக்தி, விலாசினி, குடியரசு போன்ற பத்திரிகைகளிலும்

குறிப்பாக தமிழன் பத்திரிகையிலும் பல்வேறு வகையான அரிய கட்டுரைகளை எழுதிப் புகழ்பெற்றார்.

ஆரம்ப காலத்தில் கிறிஸ்தவ சமயத்தை ஏற்றிருந்த இவர் 1911ல் தமது 21 வயதில் பௌத்த நெறியைத் தழுவினார். இளைஞர் பௌத்த சங்கத்தை கோலார், வேலூர், சென்னை, செங்கற்பட்டு போன்ற இடங்களில் ஏற்படுத்தினார். சிறுநூல்கள் பல எழுதினார். எண்ணிலடங்கா அரிய கூட்டங்களை நடத்தினார். இவரது நீத்தார் நினைவு நாளில், எங்களுக் கெல்லாம் முன்பே பகுத்தறிவு பிரசாரம் செய்து மக்களை திருத்தியவர் இவர் என்று ஈ.வே.ராவால் புகழப்பட்டது குறிப்பிடத்தக்கதாகும்.

1917-ல் மாண்டேகு-செம்ஸ்போர்ட் குழுவினருக்கு சமுதாய நிலையை விளக்கினார். 1924-ல் காந்தியடிகளோடு சமுதாயச் சீர்திருத்தத்தைப் பற்றி வாதிட்டிருக்கிறார். 1926லிருந்து பள்ளி ஆசிரியராகவும், கோலார் 'தமிழன்' பத்திரிகை ஆசிரியராகவும் பணியாற்றினார். புத்தர் அருளறம் என்ற நூலினைப் படைத்துள்ளார்.

சுவாமி சகஜானந்தர் (1891-1958)

1891ல் வட ஆற்காடு மாவட்டத்தில் பிறந்தார். சமத்துவக் கொள்கையிலும் தன்னலமற்ற பணியிலும் ஆழ்ந்த பற்றுள்ளவராக வாழ்ந்தார். தமிழ் மொழியில் புலமையும், வேதம், வேதாந்தம் மற்றும் பல கலைகளிலும் ஆழ்ந்த பயிற்சியும் பெற்ற பின்னரே அவர் சமுதாயத் தொண்டினை மேற்கொண்டார்.

வேதங்களில் கோயில் வழிபாடு பற்றி ஏதும் குறிப்பிடப்படவில்லை என்பதைச் சுட்டிக்காட்டிய அவர், தாழ்த்தப்பட்டயினர் கோயிலினுள் நுழைவதால் மூர்த்தா அல்லது மூர்த்தியின் புனிதம் சீரழிந்துவிடும் என்னும் நம்பிக்கையை இகழ்ந்தார். இந்த மூட நம்பிக்கைக்கு வேதங்களில் ஆதாரமில்லை என்றும் எடுத்துக்காட்டினார். மேலும் தன் இன மக்களுக் காகப் பல ஆயிரம் ரூபாய் செலவில் ஒரு கோயிலைக் கட்டினார். சிதம்பரத்தில் நந்தனார் மடத்தை நிறுவி மற்றவர்களைப்போலத் தாமும் ஒரு மடத்தை நிறுவ முடியும் என்பதை உறுதிப்படுத்தினார்.

கல்விப்பணி : ஆன்மிகத் தெளிவு பெறவும் ஆன்ம உயர்வு அடையவும் கல்வி இன்றியமையாதது என்பது அவரது கருத்து. வேதம், வேதாந்தம், வரலாறு, இலக்கியம் ஆகியவற்றில் பொதிந்து கிடக்கும் உண்மை களை அறியவும் ஆய்வு செய்யவும் கல்வி ஒன்றே துணை செய்யும் என்பதை உணர்த்தினார். குறிப்பாகத் தாழ்த்தப்பட்டயினர் முழுமை யான கல்வி பெறவேண்டும் என விரும்பினார். இக்குறிக்கோளோடு 1910ல் அவர் நந்தனார் பள்ளியை நிறுவினார். இன்றும் இப்பள்ளி திறமையாகச் செயல்பட்டு வருகிறது என்பது மகிழ்ச்சிக்குரியதாகும்.

1925ல் சுவாமி அவர்கள் சென்னை மாநிலச் சட்டப்பேரவையின் உறுப்பினராகத் தேர்ந்தெடுக்கப்பட்டார். அங்கே கருத்து ஒருமித்த தாழ்த்தப்பட்ட சமுதாய மக்களின் மற்ற தலைவர்களோடு ஒன்று சேர்ந்து பணியாற்றினார். உணர்ச்சிபொங்கும் அவரது சொற்பொழிவுகள் மற்ற இன மக்களின் உள்ளத்தைத் தட்டி எழுப்பும் ஆற்றல் பெற்றவையாக இருந்தன. தாழ்த்தப்பட்ட மக்களின் ஆன்மிக உரிமைகளுக்காகவும் அரசியல் முன்னேற்றத்துக்காகவும் அயராது உழைத்தார்.

பி.எம். வேலாயுதபாணி, M.C., M.L.C., M.P.,
(1896-1962) Hony. Presidency Magistrate

பூஞ்சோலை முத்துவீரர் நாவலர் ஈன்றெடுத்த செல்வர் நமது தலைவர் பி.எம்.வேலாயுதபாணி அவர்கள்.

12 ஆண்டுகாலம் தொடர்ந்து மாநகராட்சி உறுப்பினராக இருந்து மக்களுக்கு தொண்டாற்றினார். தன் வட்டத்து மக்கள் பிற பகுதி மக்கள் என்ற பாகுபாடில்லாமல் அனைத்து மக்களுக்கும் உதவிகள் செய்தார். ஆங்காங்கே பள்ளிகளையும் மாணவர் விடுதிகளையும், சத்திரங்களையும் முதியோர் கல்விக்கூடங்களையும் ஆரம்பித்தார். சமுதாய நலனுக்காகப் பல மன்றங்களைத் தோற்றுவித்தார். கௌரவ நீதிபதியாகவும் சில காலம் இருந்தார்.

சென்னை மாநிலச் சட்டமன்ற உறுப்பினராக ராணிப்பேட்டை தனித் தொகுதியிலிருந்து தேர்ந்தெடுக்கப்பட்டுச் சட்டமன்றத்தில் தமது மூத்த தலைவர்களோடு இணைந்து தொண்டாற்றினார்.

நாடாளுமன்ற உறுப்பினராகவும் தேர்ந்தெடுக்கப்பட்டார். புதிய திட்டங்களைத் தீட்டுவதைவிட ஏற்கெனவே தீட்டிய திட்டங்கள் உரிய பலனை அளிக்கின்றனவா என்பதைக் கண்காணிப்பதுதான் இவரது கொள்கையாயிருந்தது. மாநில உணவு குழு, மதுவிலக்குக் குழு, மருத்துவமனை திட்ட ஆலோசனைக் குழு போன்றவற்றில் பங்கேற்றுப் பல அரிய கருத்துக்களை முன்வைத்திருக்கிறார்.

பி. பரமேஸ்வரன்,, B.A. (1909-1957)

எம்.எல்.ஏ., போக்குவரத்து மற்றும் ஹரிஜன நலத்துறை அமைச்சர். பி.ஏ. பட்டதாரியான இவர் முதுபெரும் தலைவர் ஆர்.சீனிவாசன் அவர்களுடைய மகள் வழி பேரன். பெருந்தலைவர் எம்.சி.ராஜா அவர்களின் செயலாளராக 1935லிருந்து பத்தாண்டு காலத்துக்குப் பணிபுரிந்திருக்கிறார்.

தலைவர் என்.சிவராஜ் அவர்களின் தலைமையில் மாமேதை அம்பேத்கர் அவர்களின் கொள்கை வழி நின்று தொண்டாற்ற 1942லிருந்து தன்னை அர்ப்பணித்துக்கொண்டார். அனைத்து இந்திய செட்யூல் வகுப்பினர் சம்மேளனத்தின் மாவட்டச் செயலாளராகத் திறம்படப் பணியாற்றியுள்ளார். பின்னாளில் அகில இந்திய ஒடுக்கப்பட்டோர் அமைப்பின் துணைத்தலைவராகவும் திறம்படப் பணியாற்றியுள்ளார். 1948-ல் சென்னை மாநிலப் பதிவுபெறாத ஷெட்யூல் வகுப்பினர் அரசாங்க ஊழியர் சங்கத்தை ஆரம்பித்து நடத்தினார்.

செங்கற்பட்டு, மதுராந்தகம் தொகுதியிலிருந்து சட்டமன்றத்துக்குத் தேர்ந்தெடுக்கப்பட்டார். சென்னை மாநகராட்சி உறுப்பினராகவும் தேர்ந்தெடுக்கப்பட்டு மேயராகவும் பதவி வகித்தார். பிறகு அமைச்சரானார். இங்கு பல குழுக்களில் பங்கேற்றுத் தாழ்த்தப்பட்ட மக்களின் வாழ்க்கைக்கு உகந்த திட்டங்களை அரசாங்கத்துக்குத் தந்தார். 1964ல் இவர் தனது தலைமையில் தாழ்த்தப்பட்ட மக்களின் முன்னேற்றத்துக்காக கல்வி, விவசாயம், வீட்டுமனை போன்ற பல்வேறு துறைகளில் தனது கருத்தினை அறிக்கையாக அரசுக்கு சமர்ப்பித்தார்.

ராவ் சாகேப் எல்.சி. குருசாமி (1885- 1966)

நாகரிகமான, பண்பாடு நிறைந்த வாழ்க்கையின் முதல்படியானது கல்விதான் என்னும் கோட்பாட்டைக் கொண்டிருந்தார். அதனால் 1921ல் இரண்டு இரவுப் பள்ளிகளை நிறுவினார். அதற்காக அவர் இரண்டாயிரம் ரூபாய் உதவிப்பணமும் அக்கால அரசாங்கத்திடமிருந்து பெற்றார். புதுப்பேட்டை, கொய்யாத்தோப்பு, ராயபுரம், மைலாப்பூர், பெரியமேடு ஆகிய பகுதிகளிலும் அவர் பள்ளிகளை நிறுவினார். செங்கல்பட்டு, பொன்னேரி முதலிய முக்கியப் பகுதிகளில் பகல்நேரப் பள்ளிகளையும் ஆரம்பித்தார். கல்வி பயில மக்கள் தவறுவார்களானால் அது மக்களுக்கும், அரசாங்கத்துக்கும் தீங்கு விளைவிக்கும் என்று எச்சரித்திருக்கிறார்.

1921ல் பல நூறு குடும்பங்கள் தாங்கள் வாழும் நிலத்தைச் சொந்தமாக்கிக் கொள்ள வழிகண்டார். புளியந்தோப்பு, வேப்பேரி, மைலாப்பூர், பெரம்பூர் ஆகிய பகுதிகளில் மக்களைக் குடியேற்ற அவர் நிலங்களைப் பெற்றார். ஆதிக்குடி மக்கள் கல்வி, பொருளாதார வகை முதலிய வற்றில் வலிமை பெற்றால் தீண்டாமையும் சாதி வேற்றுமையும் தாமாகவே ஒழிந்துவிடும் என்ற கருத்தையே கொண்டிருந்தார்.

1920 முதல் பத்து வருடங்களுக்கு அவர் சென்னைச் சட்டமன்றத்தில் எம்.எல்.ஏ.வாகப் பதவியேற்றிருந்தார். இருபத்திரண்டு வருட காலம் அவர் கௌரவ நீதிபதியாகப் பதவியை அலங்கரித்தார்.

1927ல் அவர் ‘ராவ் சாகேப்’ என்ற பட்டம் பெற்றார். செங்கல்பட்டு, திருவள்ளூர் முதலிய பகுதிகளில் அவர் கல்வி நிறுவனங்களில் தொண்டாற்றினார். 1929ல் அவர் பல்கலைக்கழக செனட் உறுப்பின ராகவும் இருந்தார். 1926ல் கோடம்பாக்கம் கைத்தொழில் பள்ளி நலச் சங்கத்தில் இணைந்திருந்தார். நகரக் கூட்டுறவு வங்கியின் இயக்கு நர்களில் ஒருவராகவும் இருந்தார். மேலும், சென்னை நகரசபை கவுன்சிலில் உறுப்பினராகத் தேர்ந்தெடுக்கப்பட்டார். 1932ல் டில்லியில் நிகழ்ந்த வாக்காளர்கள் கூட்டத்தில் அவர் தமது மதிப்பு வாய்ந்த யோசனை களை வழங்கினார். 1937ல் நிகழ்ந்த ஆலயப் பிரவேசப் போராட்டத்துக் காக அவர் பலரைத் திருவாங்கூருக்கு அழைத்துச் சென்றார். பல மாணவர் விடுதிகளை நிறுவினார்.

தளபதி எம். கிருஷ்ணசாமி (1917 - 1973)

ஆசிரியர்: சமத்துவ சங்கு

வறுமையின் பிடியிலே சிக்கினாலும் லட்சியப் பிடிப்புடன் வாழ்ந்தவர் தலைவர் எம். கிருஷ்ணசாமி. ஆசிரியராகத் தன் தொழில் வாழ்க்கையைத் தொடங்கியவர் பின்னாளில் வணிகத்திலும் ஈடுபட்டார்.

தாழ்த்தப்பட்ட மக்களின் பல்கலைக்கழகமாகத் திகழ்ந்த அவர் 1940 முதல் ஏற்கனவே 1920 ல் தோற்றுவிக்கப்பட்டிருந்த தாழ்த்தப்பட்ட மக்கள் சம்மேளனத்தின் கொள்கைகளை ஏற்றுப் பணியாற்ற முன்வந்தார். இடையில் புத்த மதப்பிரசாரத்தில் ஈடுபடும் வாய்ப்புகள் அவரை பல்வேறு பகுதி மக்களிடையே ஈடுபாடு கொள்ளச் செய்தது. தலைவர் என்.சிவராஜ் போன்ற தலைவர் களுடன் பரிச்சயம் ஏற்பட்டது. மாமேதை அம்பேத்கர் 1942ல் ஆரம்பித்த ஆரம்பித்த ஷெட்யூல் வகுப்பினர் சம்மேளனம், 1956 ஆரம்பித்த இந்தியக் குடியரசுக்கட்சி போன்ற அமைப்புகளின் தலைவராகச் சிறப்பாகத் தொண்டாற்றினார்.

தாழ்த்தப்பட்ட சமுதாய மக்களின் வாழ்க்கை முன்னேற்றத்துக்காகப் பல போராட்டங்களில் ஈடுபட்டார். ராஜாஜி கொண்டு வந்த புதிய கல்வித் திட்டத்தை எதிர்த்துப் போராட்டம், சாதி ஒழிப்புப் போராட்டம், விலைவாசிப் போராட்டம் போன்றவற்றில் பெரும் பங்கேற்று சிறை சென்றார். தாழ்த்தப்பட்டச் சமுதாயம் விழிப்படையத் தனது சமத்துவ சங்கு என்ற பத்திரிகையின் மூலமாக சங்கநாதம் செய்தார். வளர்ந்த கட்சிகள் வலிய வந்து அழைத்தும் பதவிக்கோ பணத்துக்கோ தமது லட்சியத்தை விட்டுக் கொடுக்காமல் மறுத்து தேர்தல்களில் எதிர்த்து நின்றார்.

ஏழை பங்காளன் தொண்டு வீ. வீராசாமி, எம்.பி (1919-1995)

தான் கல்லூரி படிக்கும்போது தங்கியிருந்த திருச்சி ஹரிசன சேவசங்க தாழ்த்தப்பட்ட மாணவர் விடுதியில் மாணவர்களுக்குத் தனியே கஞ்சி ஊற்றப்படுவதைக் கண்டு வெகுண்டார். தாழ்த்தப்பட்ட மக்கள் தலைவர் தந்தை சிவராஜின் கவனத்துக்கும் சட்டமன்ற உறுப்பினர் திரு.மருதையனின் கவனத்துக்கும் கொண்டு சென்று தீர்வு கண்டார். 1941ல் பி.ஏ. பட்டம் பெற்றார்.

தந்தை சிவராஜ், தந்தை பெரியார் போன்றவர்களிடம் இருந்த நெருக்கத்தால் 1950ல் தாம் பணிபுரிந்த திருச்சி வானொலி நிலையத்திலிருந்து விலகி முழுநேரப் பொதுநலத் தொண்டரானார். 1945ல் திருச்சி தக்கர்பாபா ஹரிஜன மாணவர்கள் இல்லத்திலிருந்து தாழ்த்தப்பட்ட கல்லூரி மாணவர்களை அற்பக் காரணங்களுக்காக இல்ல நிர்வாகிகள் வெளியேற்றினர். மாணவர்களின் பரிதாப நிலையைக் கண்டு வீராசாமி 31-1-1945 அன்று இரவோடு இரவாகத் தம் இல்லத்தை டாக்டர் அம்பேத்கர் மாணவர் இல்லமாக மாற்றினார்.

1950ல் ஒடுக்கப்பட்ட மக்களுக்காக 'தொண்டு' என்ற பத்திரிகையை (தமிழிலும் ஆங்கிலத்திலும்) தொடங்கி 20 வருடங்கள் தொய்வில்லாமல் நடத்தினார். 1952 நாடாளுமன்றத் தேர்தலில் மாயவரம் (மயிலாடுதுறை) தாழ்த்தப்பட்டோர் தொகுதியில் தனிச்சின்னத்தில் சுயேட்சையாகப் போட்டியிட்டு வெற்றி பெற்றார். ஏழை மாணவர்களின் நன்மைக்காக நூல் நிலையங்களை உள்ளடக்கிய பல மாணவர் இல்லங்களை உருவாக்கினார்.

1974ல் சமூகப் புரட்சி என்ற இதழையும் (4 வருடங்கள்) 1980ல் (பௌத்த மார்க்கம்) என்ற இதழையும் (2 வருடங்கள்) நடத்திய பெருமை வீராசாமிக்கு உண்டு.

பறை அடிப்பதையும் இடுகாட்டிலும் சுடுகாட்டிலும் வேலை செய்வதை ஒடுக்கப்பட்ட சமுதாய மக்கள் நிறுத்தவேண்டும் என்று கடுமையாகப் பிரசாரம் செய்தார். 1980ல் தம் குடும்பத்துடன் துறையூரில் பௌத்தத்தைத் தழுவினார்.

ராவ் பகதூர் ஜெகந்நாதன் (1894 - 1954)

1920ல் சட்டமன்ற உறுப்பினராக நியமிக்கப்பட்டார். இரவுப் பள்ளி களையும் மாணவர் விடுதிகளையும் துவக்கி வைப்பதிலே இவர் அதிகம் அக்கறை காட்டினார். 1929லிருந்து 1938 வரை மாநகராட்சி உறுப்பினராக இருந்து திறம்படத் தொண்டாற்றினார். சிறிது காலம் கௌரவ நீதிபதி யாகவும் கூட்டுறவு சங்கங்களின் தலைவராகவும் இருந்திருக்கிறார்.

சென்னை மாநில ஒடுக்கப்பட்ட வகுப்பினர் சம்மேளனத்தின் துணைத் தலைவராகவும் மாநிலக் கொள்கை பரப்பும் தலைவராகவும் இருந்தார். ராயல் கமிஷன், சைமன் கமிஷன், லோத்தியன் கமிட்டி, ஹாமென்ட் கமிட்டி போன்ற தலைசிறந்த அரசியல் பொருளாதார நிபுணர்கள் அடங்கிய குழுவினரிடம் தனது ஆலோசனைகளை வழங்கினார்.

1933ல் வரலாற்று முக்கியத்துவம் பெற்ற பூனா ஒப்பந்தத்தில் தாழ்த்தப்பட்ட மக்களின் சார்பில் கையெழுத்திட்ட தலைவர்களில் இவரும் ஒருவர். ஆந்திர மாநிலத்தில் முதுபெரும் தலைவர் ஆர். சீனிவாசன் அவர்களுடனிருந்து பல்வேறு நிலப்போராட்டங்களை நடத்தி ஏழை மக்கள் நிலங்களைப் பெறுவதற்குப் பேருதவியாக இருந்தார்.

அன்னை மீனாம்பாள் சிவராஜ் (1904 - 1992)

'என் அன்பு சகோதரி' என்று அண்ணல் அம்பேத்கரால் அழைக்கப் பட்டவர் அன்னை மீனாம்பாள். 26-12-1904ல் வி.ஜி.வாசுதேவப்பிள்ளை - மீனாட்சி தம்பதியருக்கு மகளாகப் பிறந்தார். அன்னையின் பிறப்பிலேயே பெருமையிருக்கிறது என்றால் மிகையாகாது. அவரது முப்பாட்டனார் ஒரு வணிகர். தாய்வழிப்பாட்டனார் பெ.மு.மதுரை பிள்ளையும் ஒரு பெரும் வணிகர்; வள்ளலுங்கூட. ரங்கூன் மாநகரில் கப்பல் வணிகத்தில் சிறந்து விளங்கியவர். கப்பல் வைத்திருக்கு மளவுக்கு செல்வம் படைத்தவர். அன்னையவர்களின் தந்தையார் திரு.வி.ஜி.வாசுதேவப்பிள்ளை ஆதிதிராவிட தலைவர்களில் சிறப் பானவர். தாழ்த்தப்பட்ட மரபில் சென்னை மாநிலத்திலேயே முதன் முதலில் மாநகராட்சி மன்ற உறுப்பினராகத் தேர்ந்தெடுக்கப்பட்டவர். நெடுங்காலம் சென்னை மாநிலச் சட்டமன்றத்தை அலங்கரித்தவர்.

அன்னை மீனாம்பாள் அவர்களுடைய பொதுப்பணி 1928ல் சைமன் குழுவினரை ஆதரித்த முதல் மேடை பேச்சில் துவங்கியது. 1930லிருந்து அண்ணல் அம்பேத்கரின் பணிகளைப் பொதுமக்களிடம் தமிழில் எடுத்துக் கூறினார். கிட்டத்தட்ட 1970 வரை பொதுப்பணியில் தீவிரமாக ஈடுபட்டார். அன்னையின் அயராத உழைப்புக்கும் உண்மையான தொண்டுக்கும் பல பதவிகள் அவரைத் தேடிவந்தன. அவற்றில் சில : துணைமேயர், சென்னை மாநகராட்சி, கௌரவ தலைமை மாஜிஸ்ட்ரேட், மெட்ராஸ் பிரசிடென்ட் அட்வைசரி போர்டு உறுப்பினர், போஸ்ட்வார் ரீகன்ஸ்ட்ரக்ஷன் கமிட்டி உறுப்பினர், மெட்ராஸ் யூனியவர்சிட்டி (செனட்) உறுப்பினர்.

தலைவி ஜோதிவேங்கிடசெல்லம் (1917 - 1992)

ஜோதி அம்மாள் என்று அன்புடன் அழைக்கப்பட்ட இவர் 27-10-1917ல் பர்மாவிலுள்ள மேம்யோ என்ற ஊரில் குப்புராம் தம்பதியிருக்குப்

பிறந்தவர். ரங்கூனில் சீனியர் கேம்பிரிட்ஜ்வரை படித்தார். 1934 சென்னைக்கு வந்ததும் 1935ல் திரு பி.வி.எஸ்.வேங்கிட செல்லம் அவர்களை மணந்தார். 1961ல் கணவர் கார் விபத்தில் காலமான பிறகு அவருடைய நிறுவனத்துக்குப் பொறுப்பேற்றார்.

வேங்கிட செல்லம் கம்பெனியார் நிறுவனத்தின் ஊறுகாய் வகைகள் 1900ல் உலகம் முழுவதும் புகழ்பெற்றிருந்தது. எலிசபெத் ராணியாரின் பாட்டனார் எட்வர்ட் காலத்திலும், தந்தை ஜார்ஜ் மன்னர் காலத்திலும் அண்மை காலம் வரையிலும் வின்சர் அரண்மனையில் பி.வி. நிறுவனத்தின் ஊறுகாய் வகைகளை விரும்பி உண்டு வந்தார்கள்.

1938லிருந்து இவர் பொதுப்பணியிலும் சமூகப் பணியிலும் ஈடுபாடு கொண்டார்கள். 1940ல் கௌரவ மாஜிஸ்ட்ரேட்டாகவும் 1950ல் மாநில சமூக நல போர்டின் துணைத்தலைவராகவும், சென்னை பல்கலைக் கழகத்தின் (செனட்) உறுப்பினராகவும் பணியாற்றினார். 1952ல் அவருடைய கணவர் சென்னை ஷெரீப்பாக இருந்தபோது ராஜகோ பாலாச்சாரியாரைச் சந்திக்கும் வாய்ப்பு ஏற்பட்டது. ஜோதியம் மாளுடைய ஆற்றலையும் செல்வாக்கையும் கண்ட ராஜாஜி அவர்கள் தமது அமைச்சரவையில் பொறுப்பேற்கும்படி கேட்டுக் கொண்டார். சமூக சேவகியாக இருந்த ஜோதியம்மாள் அமைச்சர் பொறுப்பை துணிவுடன் ஏற்றுக்கொண்டது அவருடைய திறமைக்கு நல்ல சான்றாகும். பிறகு 1962ல் திரு.காமராசரின் அமைச்சரவையிலும், திரு.பக்தவத்சலம் அமைச்சரவையிலும் தொடர்ந்து அமைச்சராக இருந்தார். 1976வரை எதிர்க்கட்சி துணைத்தலைவராகவும் இருந்தார். 1974ல் பத்மஸ்ரீ விருது பெற்றார். 1978ல் கேரள ஆளுநராக நியமிக்கப்பட்டார்.

அவர் புரிந்த விளம்பரமில்லாத சாதனைகள் பல. அவற்றில் சில: கீழ்ப்பாக்கம் மருத்துவக் கல்லூரி, பாளையங்கோட்டை பி.ஜ.எம். கல்லூரி, திருநெல்வேலி மருத்துவக்கல்லூரி, சென்னை அண்ணா நகரில் உள்ள அண்ணா சித்த வைத்தியக் கல்லூரி ஆகியவை அவர் காலத்தில் அவர் முயற்சியால் தொடங்கப்பட்டவையாகும். அம்மை யாருடைய முதாதையர் ஏற்கனவே நூறு ஆண்டுகளுக்கு முன்பு வேங்கிடாசல ஏழையர் பள்ளி ஒன்றை நிறுவினார்கள். அது இன்றும் சென்னை சிந்தாதிரிப்பேட்டையில் நடைபெற்றுவருகிறது.

(தாழ்த்தப்பட்ட தலைவர்களுடைய இந்தக் குறிப்புகள் அன்பு பொன்னோவியம் அவர்கள் எழுதிய 'மக்களுக்கு உழைத்த பெருமக்கள்' என்ற நூலிலிருந்து கொடுக்கப்பட்டுள்ளது)

இப்போது சொல்லுங்கள்!

‘‘அந்தக் கால அளவில் தாழ்த்தப்பட்டவர்களுக்காகப் போராடத் தாழ்த்தப்பட்ட இனத் தலைவர்கள் பலராக இல்லை. தாழ்த்தப்பட்ட வருள் அரசியல் அறிவு வாய்க்கப்பெற்றிருந்த ஓரிருவர் நீதிக்கட்சியில் சேர்ந்திருந்தனர். தாழ்த்தப்பட்ட இனத் தலைவர்கள் ‘நீதிக்கட்சி கொடியின் கீழ் அணிவகுத்து நின்றனர். நீதிக்கட்சி தாழ்த்தப் பட்டவர் களின் உரிமைக்காக போராடிற்று....’’ என்று எழுதிய திராவிட இயக்க எழுத்தாளர் ராசதுரை உண்மையைத்தான் எழுதினாரா?

அவர் எழுத்து ஒரு சமுதாயத்தையே கீழ்த்தரமாக எண்ணி எழுதியிருக் கின்ற எழுத்தாகவே இருக்கிறது. தாங்கள் சார்ந்திருக்கிற இயக்கத்தை உயர்த்தி எழுதலாம். அதில் தவறில்லை. ஆனால் ஒரு சமுதாயத்துக்காக உழைத்த பல தலைவர்களின் வரலாற்றையே இருட்டடிப்பு செய்து, தான் சார்ந்திருக்கிற இயக்கத்தால் தான் போராடி உரிமை பெறப்பட்டது என்று சொல்வது கடைந்தெடுத்த பொய் அல்லவா?

இப்படி எழுத என்ன காரணம்? இவர்களுக்குள்ளும் இருக்கிறது ஜாதியம் என்பதுதானே? அதனால்தானே ‘பார்ப்பனரல்லாதாரில் உயர்ந்த சாதியராகிய’ என்று எழுத முடிகிறது. தாழ்த்தப்பட்ட தலைவர்களில் சிலர் ஈவேரா, நீதிக்கட்சி ஆகியவற்றுடன் தொடர்பு வைத்திருந்தனர். ஆனால், அதில் கலந்துவிடவில்லை. எதிரிக்கு எதிரி நண்பன் என்ற முறையிலேயே அந்தத் தொடர்பு இருந்தது. அப்போதும்கூட ஈவேரா, நீதிக்கட்சி ஆகியவற்றைப் பல நேரங்களில் விமர்சித்தே வந்திருக் கின்றனர் தாழ்த்தப்பட்ட தலைவர்கள் என்பதையும் மறந்துவிடக்கூடாது.

தாழ்த்தப்பட்டவர்களுக்காகத் தாழ்த்தப்பட்டோரே வாதாடினார்கள், போராடினார்கள், தியாகம் புரிந்தார்கள். அதனால் தாழ்த்தப்பட்டோர் பெற்ற உரிமைகள் ஏராளம் ஏராளம் என்பதைத் தாழ்த்தப்பட்ட தலைவர்களின் குறிப்பைப் படிக்கும்போது நாம் உணர்ந்து கொள்ளலாம்.

3

திராவிட இயக்க எழுத்தாளர்களின் திருட்டு எழுத்தும் புரட்டு வரலாறும்

முதுபெரும் திராவிட இயக்க எழுத்தாளர் க.திருநாவுக்கரசு ஆதி திராவிட தலைவர்களின் வாழ்க்கை வரலாற்றை 'களத்தில் நின்ற காவலர்கள்' என்ற தலைப்பில் எழுதி 1993ல் வெளியிட்டார். இந்தப் புத்தகத்தில் தாழ்த்தப்பட்ட சமூகத் தலைவர்களின் வரலாற்றைச் சுருக்கமாகத் திரட்டித் தந்துள்ளதாகத் தெரிவித்துள்ளார்.

உண்மையில் இந்தப் புத்தகத்தில் உள்ள தகவல்கள் க.அயோத்திதாசர் மற்றும் பின்னிணைப்புகளைத் தவிர மற்றவை அனைத்தும் அறிஞர் அன்புபொன்னோவியம் எழுதியது. அதை அப்படியே காப்பியடித்துத் தான் க.திருநாவுக்கரசு எழுதியிருக்கிறார்.

1963ல் பதிவுசெய்யப்பட்ட பட்டியல் வகுப்பினர், மலைவாசியினர் சமூக நல மன்றம், சென்னை (The Scheduled Castes & Scheduled Tribes Social Welfare Association , Madras) என்ற சங்கம் 1971ம் ஆண்டுக்கான ஒரு நாள்காட்டியை வெளியிட்டது.

அந்த நாள்காட்டியில்தான் அறிஞர் அன்புபொன்னோவியம் தாழ்த்தப் பட்ட சமூகத்தின் உயர்வுக்காகப் பாடுபட்ட தலைவர்களின் வாழ்க்கைக் குறிப்புகளை எழுதியிருக்கிறார்.

இந்த நாள்காட்டியில் உள்ள தகவல்களை மீண்டும் அகில இந்திய பட்டியலினத்தோர், மலைவாசியினர், பிற்படுத்தப்பட்டோர் மற்றும் சிறுபான்மையோர் பணியாளர் நலச் சங்கத்தின் சார்பாக செட்யூல் வகுப்பினர், மலைவாசியினர் சமூக நல மன்றம் 1974ல் வெளியிட்டது.

இந்த நாள்காட்டியில் உள்ள தாழ்த்தப்பட்ட தலைவர்களின் வாழ்க்கைக் குறிப்புகளைத்தான் க.திருநாவுக்கரசு அவர்கள் அப்படியே 'களத்தில் நின்ற காவலர்கள்' என்ற தன் நூலில் பயன்படுத்தியிருக்கிறார்.

திருநாவுக்கரசு நாள்காட்டியில் உள்ளதைப் பயன்படுத்தியதில் தவறே இல்லை. ஆனால் அத்தகவல்களை எங்கிருந்து எடுத்தோம், அதை யார் எழுதினார்கள் என்பதை மறைத்ததுதான் தவறு. முன்னுரையில் தன் மகன் உள்படப் பலருக்கு நன்றி தெரிவித்த க.திருநாவுக்கரசு, அறிஞர் அன்புபொன்னோவியத்துக்கும் நன்றி தெரிவித்திருக்கலாம். ஆனால், அப்படி நன்றி தெரிவித்திருந்தால் அது தன் எழுத்து அல்ல என்று தெரிந்துவிடுமே என்ற காரணத்தால்தான் அவர் நன்றி தெரிவிக்க வில்லை. மேலும் ஒரு தாழ்த்தப்பட்டவர் எழுதியதை அப்படியே பயன் படுத்தியிருக்கிறோம் என்ற நெருடலும் அறிஞர் அன்பு பொன்னோ வியத்தின் பெயரைச் சொல்லாததற்கு ஒரு காரணமாக இருக்கலாம். ஒரு தலித் எழுத்தாளரை இருட்டடிப்பு செய்ததற்கான ஆதாரம்தான் இந்த 'களத்தில் நின்ற காவலர்கள்' என்ற நூல்.

இந்நூலில் 92ஆம் பக்கத்தில் 'புரவலர் பெருமகன் பி.எம்.மதுரைப் பிள்ளை' என்ற தலைப்பிலும் 154ம் பக்கத்தில் பி.எம்.மதுரைப்பிள்ளை என்ற தலைப்பிலும் இரண்டு குறிப்புகள் எழுதியிருக்கிறார். 1921ஆம் ஆண்டு நடைபெற்ற வேலைநிறுத்தத்தில் ஆதிதிராவிடர்க்கு உதவி புரிந்தவர் என்று திருவிக குறிப்பிட்டுள்ளதை 92-ம் பக்கக் குறிப்பில் எடுத்துக்காட்டியிருக்கிறார்.

ஆனால் உண்மை என்ன? 92ம் பக்கத்தில் உள்ள மதுரைப்பிள்ளை 1858ல் பிறந்து 1913ஆம் ஆண்டு இறந்துபோனவர். 154-ம் பக்கத்தில் இடம் பெற்றுள்ள எம்.சி.மதுரைப்பிள்ளைதான் 1880ல் பிறந்து 1935ல் இறந்தவர். இவரைத்தான் திரு.வி.க. குறிப்பிடுகிறார். ஆனால் க.திருநாவுக்கரசோ இருவருமே ஒரே ஆள் என்று நினைத்து எழுதியிருக்கிறார். திருநாவுக்கரசு உண்மையிலேயே தேடி அலைந்து இந்த புத்தகத்தை எழுதியிருந்தால் இந்த உண்மைகள் அவருக்குப் புரிந்திருக்கும்!

இது திருட்டுப் புத்தகம்தானே! அதுவும் ஒரு ஆதிதிராவிட எழுத்தாளரால் எழுதப்பட்டிருக்கும் புத்தகத்தைத்தானே அப்படியே திருடியிருக்கிறோம் என்ற நினைப்பில் எதையுமே ஆராயாமல் வெளியிட்டுவிட்டார்போலும். ஆனால், அறிஞர் அன்புபொன்னோவியம் தான் எழுதிய ''மக்களுக்கு உழைத்த பெருமக்கள்'' என்ற நூலில் தெளிவாக இருவரையும் பிரித்தே எழுதியிருக்கிறார்.

க. திருநாவுக்கரசு இந்த நூலில் சில சாதனைகளும் தகவல்களும் என்ற தலைப்பில் நீதிக்கட்சி ஆட்சியில் தாழ்த்தப்பட்டவர்களுக்கு என்னென்ன

உரிமைகள் பெறப்பட்டன என்பதையெல்லாம் எழுதியிருக்கிறார். அவருடைய நோக்கம் தாழ்த்தப்பட்ட தலைவர்களின் வரலாற்றை எழுது வதல்ல. அது நீதிக்கட்சியால் பெறப்பட்டது என்பதை நிலைநிறுத்தவே இந்தத் தகவல்களைச் சேர்த்திருக்கிறார். ஆனால் அவை எப்படிப் பெறப்பட்டன என்பதைப் பின்வரும் கட்டுரைகளில் பார்க்கப் போகிறோம்.

இந்தப் புத்தகத்துக்கு அணிந்துரை எழுதியிருக்கிற திராவிட இயக்க எழுத்தாளர் எஸ்.வி.ராஜதுரை எப்போதுமே தாழ்த்தப்பட்டவர்களால் நடத்தப்பட்ட போராட்டங்களை - தாழ்த்தப்பட்டவர்களால் போராடிப் பெற்ற உரிமைகளை - நீதிக்கட்சியினர், ஈவேரா ஆகியோருக்கு உரிமை யாக்கிவிடுபவர். இந்தப் புத்தகத்திலும் அதுமாதிரியான ஒரு வரலாற்றுப்புரட்டைச் செய்திருக்கிறார்.

இந்த நூலின் அணிந்துரையில் தலித் தலைவர் எம்.சி.ராஜா நீதிக்கட்சியில் உறுப்பினராகவே தனது அரசியல் வாழ்வைத் தொடங்கினார். 'டாக்டர் நாயர் தான் தம்மை அரசியலில் ஈடுபடுத்திய ஆசிரியர் என்று அவரே பல நேரங்களில் கூறியுள்ளார்' என்று எழுதியிருக்கிறார். ஆனால், அதை எம்.சி.ராஜா எங்கே, எப்போது கூறினார் என்ற விபரம் தராமலேயே போகிறபோக்கில் எழுதி சென்றுள்ளார்.

எம்.சி.ராஜா தனது 25வது வயதில் 1908ல் பொதுத்தொண்டில் ஈடுபட்டவர். 36வது வயதில் 1919-ல் சட்டமன்ற உறுப்பினரானார். 1927ல் நாடாளுமன்ற உறுப்பினரானார்.

எம்.சி.ராஜா தன் அரசியல் வாழ்வை ஆதிதிராவிட மகாஜன சபையிலிருந்தே தொடங்கினார். 1916-ல் சென்னை ஆதிதிராவிட மகாஜன சபாவைச் சீரமைப்பதில் பெரும் பங்காற்றினார். அந்தச் சபாவின் கவுரவச் செயலாளராக ஒருமனதாகத் தேர்ந்தெடுக்கப்பட்டார். எம்.சி.ராஜா நீதிக்கட்சியிலிருந்து தனது அரசியல் வாழ்வைத் தொடங்கவில்லை. அவர் ஆதிதிராவிட மகாஜனசபையிலிருந்துதான் தன் அரசியல் வாழ்வைத் தொடங்கினார்.

தாழ்த்தப்பட்டவர்களின் வரலாற்றை எழுதும்போதோ ஆதிதிரா விடர்களால் போராடிப் பெறப்பட்ட உரிமைகளை/சலுகைகளை எழுதும் போதோ நீதிக்கட்சியினாலேயோ ஈவேராவின் முயற்சியாலேயோ பெறப்பட்டதாக எழுதும் போக்கு திராவிட இயக்க எழுத்தாளர்கள் அனைவரிடமும் உள்ளது.

வரலாற்றைத் தம் எண்ணத்துக்கு ஏற்ப மாற்றி எழுதுவதிலும் அதை நம்ப வைக்க மறுபடியும் மறுபடியும் எழுதுவதிலும் இந்த திராவிட இயக்க எழுத்தாளர்கள் மிக திறமைசாலிகள்தான். இல்லையென்றால்

பத்துவருடத்துக்கு முன்பு எழுதிய நூல்களிலும்கூட இப்படிப்பட்ட பொய்களை எழுதுவார்களா?

இவைகூடச் சிறிய விஷயம்தான். ஆனால், தாழ்த்தப்பட்டவர்களின் வரலாற்றை இருட்டடிப்பு செய்த துரோக வரலாறு மிகவும் வேதனை தரக்கூடியது. கடுமையாகக் கண்டிக்கத்தக்கது. அதைப் பின்வரும் அத்தியாயங்களில் நாம் பார்க்கத்தான்போகிறோம்.

4

நீதிக்கட்சியில் இருந்தவர்கள் யார் - யார்?

நீதிக்கட்சியில் இருந்தவர்கள் யார் யார் என்பதை நாம் பார்த்தாலே போதும்... அது தாழ்த்தப்பட்டவர்களின் நலனுக்காகத் தொடங்கப் பட்டது அல்ல என்பதைத் தெளிவாகத் தெரிந்து கொண்டுவிடலாம்.

வர்த்தகம் செய்யும் நோக்கில் இந்தியாவுக்குள் நுழைந்த கிழக்கிந்திய கம்பெனி, மெள்ள இந்தியாவின் பல்வேறு பகுதிகளில் அரசியல் அதிகாரத்தைக் கைப்பற்றத் தொடங்கியது. அதன் ஆளுகைக்குட்பட்ட பகுதிகளில் சில விசுவாசமான நபர்களைப் பொறுக்கி எடுத்து அந்தப் பகுதிகளில் இருந்த விவசாயிகளிடமிருந்து நிலவரியை வசூலிக்கும் அதிகாரத்தை அவர்களுக்கு அளித்தது. அதாவது தன்னுடைய கொள்ளையடிப்பு எளிதில் நடக்க உள்ளூரில் இருந்து பங்குதாரர்களாகச் சிலரைச் சேர்த்துக்கொண்டது. அவர்கள் விவசாயிகளிடம் பண மாகவோ பொருளாகவோ எவ்வளவு வேண்டுமானாலும் வசூலித்துக் கொள்ளலாம். ஆனால், பிரிட்டிஷ் சர்க்காருக்கு ஆண்டுதோறும் ஒரு குறிப்பிட்ட தொகையைச் செலுத்தினால் போதும். இந்தத் தொகைக்கு 'பேஷ்குஷ்' (Peshkush) என்று பெயர். இந்த உரிமை பெற்றவர்களுக்கு 'ஜமீன்தார்', 'மிட்டாதார்', 'தாலுக்தார்' என்று பல பெயர்கள் தரப்பட்டன.

இவர்கள் விவசாயிகளிடம் நிலத்தை ஒப்படைக்காமல், ஒரு பெரும் பகுதி நிலத்தைச் சொந்த சாகுபடி என்ற பெயரால் அவர்களே வைத்துக் கொள்ளவும் பிரிட்டிஷார் உரிமை தந்தனர். இந்த உரிமைகளை வைத்துக்கொண்டு அவர்கள் மேலும் மேலும் விவசாயிகளைக் கொடுமைப்படுத்தினர். விவசாயிகள் இந்த ஜமீன்தார் இட்ட வேலையைக் கூலி ஒன்றும் இல்லாமல் செய்தாக வேண்டும். இவ்விதக் கொடுமைகள் பல உருவங்களை எடுத்தன.

விவசாயிகள் வீட்டிலிருந்த மாடுகள் ஈனும் முதல் கன்று ஜமீன்தாரிடம் ஒப்படைக்கப்படவேண்டும். ஜமீன்தார் வீட்டில் நடக்கும் திருமணங்கள் முதலிய சடங்குகளுக்கு விவசாயிகள் பால் முதலிய வற்றை இனாமாக வழங்கவேண்டும். காலப்போக்கில் விவசாயி திருமணம் செய்து கொள்ளவேண்டுமானால் ஜமீன்தாரின் அனுமதியைப் பெறவேண்டும்.

ஜமீன்தார்கள் அடியாள் படைகளை வைத்திருந்தனர். ஆரம்பத்தில் பிரிட்டிஷ் அரசின் சார்பாக விவசாயிகளிடத்தில் வரி வசூலிக்கும் பொறுப்பில் நியமிக்கப்பட்ட இந்த ஜமீன்தார்கள் காலப்போக்கில் அந்த நிலங்களுக்கு சொந்தக்காரர்களாகவே கருதப்பட்டார்கள். குடியானவர் களை எந்த நேரத்திலும் நிலத்தைவிட்டு வெளியேற்றலாம். ஜமீந்தார்கள் செய்யும் கொடுமைகளுக்கு பிரிட்டிஷ் அரசின் போலீஸும் நிர்வாக இயந்திரமும் உதவி செய்துவந்தன.

பிரிட்டிஷ் சர்க்காருக்கு விசுவாசிகளாகவும் இந்த சர்க்கார் வாழையடி வாழையாக இந்த நாட்டில் இருக்கவேண்டும் என்று விரும்புபவர் களாகவும் இருந்தார்களல்லவா... அதற்காக இவர்களில் பலருக்கு 'மகாராஜா', 'ராஜா', 'நவாப்' போன்ற பட்டங்கள் பிரிட்டிஷ் சர்க்காரால் வழங்கப்பட்டன.

இதைத்தவிர 'ரயத்துவாரி' என்ற நிலவரி முறையும் இருந்து வந்தது. 1803 ஆம் ஆண்டு சென்னை ராஜதானியில் கவர்னராக இருந்த மன்றோ பிரபு இந்த முறையை ஏற்படுத்தினார். நிலத்துக்குச் சொந்தமான விவசாயிகள் நேரடியாக சர்க்காருக்கு நிலவரி செலுத்தவேண்டும் என்பதற்காக ஏற்படுத்தப்பட்ட முறை இது. ஆனால், நிலம் யாருக்குச் சொந்தம், ஒரு குறிப்பிட்ட நபருக்கு எவ்வளவு நிலம் சொந்தம் என்பதற்கு சர்க்காரிடம் கணக்கு ஒன்றும் கிடையாது. இதை நிர்ணயிக்கும் அதிகாரம் தாசில்தார்களுக்கு வழங்கப்பட்டது. அந்த தாசில்தார்கள் பணம் கொடுக்கக்கூடியவர்களிடம் (லஞ்சம்) அவர்கள் கொடுத்த லஞ்சப் பணத்துக்கேற்ப அவர்களுக்கு நில அளவை நிர்ணயித்தார்கள். கிராமங் களில் இருந்த பல முரடர்களுக்கும் சண்டியர்களுக்கும் பயந்து அவர்கள் கூறும் இடங்களை அவர்களுக்குச் சொந்தமாக்கிவிட்டார்கள். உதாரண மாக, தஞ்சை மாவட்டத்திலிருந்த ஒரு சண்டியர் தாசில்தாரை ஒருநாள் குதிரை மீது சவாரி செய்யச் சொன்னாராம். அந்தக் குதிரை போகும் வழி பூராவும் கற்கள் நாட்டப்பட்டு அதற்குட்பட்ட பிரதேசம் பூராவும் அந்தச் சண்டியருக்குச் சொந்தமாக்கப்பட்டதாம்.

இந்த ரயத்துவாரி முறை சில பகுதிகளில் அமலாக்கப்பட்டபோது ஆந்திராவில் பெருவாரியாக ஜமீன்தாரிமுறை இருந்து வந்தது. தமிழ்நாட்டில் ராமநாதபுரம் ராஜா, சிவகங்கை ராஜா, சேத்தூர், சாப்டூர்

போன்ற பல ஜமீன்தார்களும் அநேகமாக எல்லா மாவட்டங்களிலும் இருந்து வந்தனர். ஆயினும் தமிழ்நாட்டில் பெரும்பகுதி 'ரயத்துவாரி' முறைக்கு உட்பட்டிருந்தது.

இந்த 'ரயத்துவாரி' முறைக்கு உட்பட நிலச்சொந்தக்காரர்களுக்கு 'மிராசுதார்கள்' என்று பெயர். கொஞ்ச நிலம் வைத்துக்கொண்டிருக்க கூடிய குடும்பங்கள் மட்டுமே நிலத்தை உழுது சாகுபடி செய்யும். மேற்கூறிய வகையில் அதிக நிலத்துக்குச் சொந்தக்காரர்கள் ஆகிவிட்ட மிராசுதாரர்கள் பெரும்பகுதி நிலத்தைக் கட்டுக் குத்தகைக்கோ வார குத்தகைக்கோ விவசாயிகளிடம் விடுவார்கள். அந்த விவசாயிகளுக்கு நிலத்தில் எந்தவிதமான உரிமையும் கிடையாது. நிலச்சொந்தக்காரர்கள் இஷ்டப்பட்ட சமயத்தில் விவசாயிகளை வெளியேற்றி வேறு விவசாயிக்கு அந்த நிலத்தைக் கொடுக்கலாம். இப்படிப்பட்ட நிலைமையின் காரணமாக நிலத்தைத் தவிர பிழைப்பதற்கு வேறு தொழில் இல்லாத நிலையில் பாடுபடும் விவசாயிகளிடையே குத்தகைக்கு நிலம் எடுத்துக்கொள்வதற்காகப் போட்டி வளர்ந்தது. இதனால் விளைந்ததில் 80.85 சதவிகிதம் (விழுக்காடு) வருவாயில் ஒரு வேலையும் செய்யாத மிராசுதாரர்களுக்கு குத்தகை கொடுக்க வேண்டிய நிலை வந்துவிட்டது.

இதைத் தவிர கொஞ்ச நிலத்துக்குச் சொந்தக்காரர்களாக இருந்து நிலத்தைச் சாகுபடி செய்யும் குடும்பங்கள் கந்து வட்டிக்குக் கடன் வாங்கிக் கடனைத் திருப்பிக் கொடுக்க முடியாத நிலை ஏற்பட்டவுடன் அந்த நிலங்களை கடன் கொடுத்தவர்களே வாங்கிக்கொண்டார்கள். இவ்விதம் இந்த ரயத்துவாரி முறையில் நிலங்கள் சில நபர்கள் கையில் குவியத் தொடங்கின.

இந்த மிராசுதாரர்களில் பலர் நிலத்தை விவசாயிகளிடம் குத்தகைக்கு விடாமல் கூலிகளை அமர்த்தி சொந்த சாகுபடி என்ற பெயரால் பண்ணைகளை நடத்தி வந்தனர். இந்தப் பண்ணைகளில் வேலை செய்யும் கூலிகளின் நிலைமையோ படுமோசமானது.

இவ்வாறு அநியாயக் குத்தகை மூலமாக விவசாயிகளையும் அநியாயக் கூலியின் மூலமாகப் பண்ணைக்கூலிகளையும் கொள்ளையடித்து வந்த அந்தப் பெருமிராசுதார்கள் பிரிட்டிஷ் சர்க்கார் நீடுழி வாழ வேண்டும் என்று விரும்பியது இயற்கையே.

இவர்களைத்தவிர பிரிட்டிஷ் கம்பெனிகளுக்கு உள்நாட்டில் விளைந்த பருத்தி, கடலை போன்ற மூலப்பொருள்களை வாங்கி ஏற்றுமதிக்காக விற்ற தரகு வியாபாரிகள் இருந்தனர். அதேபோன்று பிரிட்டிஷ் கம்பெனிகள் இந்த நாட்டில் விற்பனைக்காக இறக்குமதி செய்த துணி போன்ற பொருள்களை விநியோகம் செய்யும் தரகு வியாபாரிகளும்

இருந்தனர். இவர்கள் எல்லாரும் பிரிட்டிஷ் சர்க்கார் இந்த நாட்டில் என்றென்றைக்கும் நிலைத்து இருக்கவேண்டும் என்றே விரும்பினார்கள்.

இப்படிக் கொடுமைப்படுத்தக்கூடிய ஜமீன்தார்கள், மிட்டா மிராசு தாரர்கள், பண்ணையார்கள், ராஜாக்கள் தான் நீதிக்கட்சியில் இருந்தனர். இந்தக் கட்சியின் தலைவர்களின் பட்டியலைப் பார்த்தாலே இந்த உண்மை தெளிவாகும்.

அன்றைய சென்னை ராஜதானியில் இருந்த ஆந்திரா, ஒரிசா பகுதிகளில் இருந்த அநேகமாக எல்லா ஜமீன்தார்களும் ஜஸ்டிஸ் கட்சியில் இருந்தனர். கஞ்சாம், கோரக்பூர் மாவட்டங்களில் இருந்த (தற்சமயம் ஒரிசா மாநிலத்தில் இருக்கின்றன)

கல்லிக்கோட் ராஜா, பர்ஜம்பூர் ராஜா, பர்லாக்கிமிடி ராஜா, சின்னக்கிமிடி ராஜா,

ஆந்திரா பகுதியில் இருந்த பொப்பிராஜா, பிட்டாபுரம் ராஜா, செல்லப் பள்ளி ராஜா, பொப்பிலி ராஜா, தேபுரேல் ராஜா, வெங்கிடகிரி ராஜா போன்ற ஜமீன்தார்களான இவர்கள் ஜஸ்டிஸ் கட்சியில் பிரமுகர்களாக இருந்தனர்.

தமிழ்நாட்டில் ராமநாதபுரம் ராஜா, சிவகங்கை ராஜா, சேத்தூர், சாப்டூர் முதலிய பல ஜமீன்தார்களும் ஜஸ்டிஸ் கட்சியில் இருந்தனர். சில ஜமீன்தார்கள் அரசியலில் பங்கெடுத்துக் கொள்ளாமல் இருந்தனர்.

இந்த ஜமீன்தார்களைத் தவிர தமிழ்நாட்டில் இருந்த பல பெரிய மிராசுதார்கள் ஜஸ்டிஸ் கட்சிப் பிரமுகர்களாக இருந்தனர். உதாரணம் தஞ்சை மாவட்டத்தில் நெடும்பலம் சாமியப்ப முதலியார், பன்னீர் செல்வம், மதுரை மாவட்டத்தில் உத்தமபாளையம் பி.டி.ராஜன், பட்டிவீரன்பட்டி டபிள்யூ.பி.சௌந்திர பாண்டிய நாடார், திருநெல்வேலி மாவட்டத்தில் மேடைதளவாய் முதலியார், இவர்களைத் தவிர சென்னை பி.தியாகராயசெட்டியார், விருதுநகர் வி.வி.ராமசாமி நாடார் போன்ற தரகு வியாபார பிரமுகர்களும் ஜஸ்டிஸ் கட்சி பிரமுகர்களாக இருந்தனர்.

எனவே, ஜஸ்டிஸ் கட்சியின் தலைமை அன்றைய சென்னை ராஜதானியில் ஆந்திர பகுதியிலும் தமிழ்நாட்டிப் பகுதியிலும் இருந்த தங்களுடைய சுரண்டலுக்கு பிரிட்டிஷ் ஆட்சியைப் பாதுகாவலனாக கொண்டிருந்த நிலபிரபுக்களையும் ஆங்கில கம்பெனிகள் இந்தியாவில் அடித்த கொள்ளையில் பங்கு கொண்ட தரகு வியாபாரிகளையும் கொண்டதாகும். இதைத் தவிர தமிழ்நாட்டிலும் சிலோன், பர்மா, மலேசியா, தாய்லாந்து, இந்தோ - சைனா (இன்று வியட்நாம்,

லாவோஸ், கம்போடியா ஆகிய நாடுகளைக் கொண்டது) போன்ற காலனி நாடுகளில் வட்டிக் கடைகள் வைத்து அநியாய வட்டி வாங்கிக் கொள்ளையடித்தவர்களும் இந்தக் கட்சியில் இருந்தனர்.

இவர்களைத் தவிர டாக்டர் டி.எம்.நாயர், டாக்டர் சி.நடேச முதலியார், சர்.ராமசாமி முதலியார் போன்ற பிரிட்டிஷ் சர்க்காரின் செல்லப் பிள்ளைகளும் இந்தக் கட்சியில் இருந்தனர். இவர்களுக்கு 'சர், திவான், பகதூர், ராவ்பகதூர்' போன்ற பட்டங்களை பிரிட்டிஷ் சர்க்கார் அளித்திருந்தது. (ஆரிய மாயையா திராவிட மாயையா? விடுதலைப்போரும் திராவிட இயக்கமும்.)

இப்படி மக்களை சுரண்டிக் கொள்ளையடித்த கொள்ளைக் கும்பல்களின் மொத்தக் கூட்டமைப்புதான் நீதிக்கட்சி. அன்று கொத்தடிமைகளாக இருந்தவர்கள் தாழ்த்தப்பட்டவர்கள்தான். அவர்களை முன்னேற விடாமல் அடிமைப்படுத்தி சுரண்டியே வாழ்க்கை நடத்திக் கொண்டிருந்தவர்களா தாழ்த்தப்பட்டவர்களின் முன்னேற்றத்துக்கு நீதிக்கட்சியை ஆரம்பித்தனர்?

5
நீதிக்கட்சி ஆரம்பித்ததன் பின்னணி

நீதிக்கட்சி தாழ்த்தப்பட்டவர்களின் முன்னேற்றத்துக்காகவும் உரிமைக் காகவும் மட்டுமே குறிக்கோளாகக் கொண்டு தோன்றியது என்று திராவிட இயக்க எழுத்தாளர்கள் எழுதிவருகின்றனர். ஆனால் உண்மை என்ன?

நீதிக்கட்சி ஆரம்பித்ததின் வரலாற்றுப் பின்னணியைப் பார்ப்போம்.

அரசாங்க உத்தியோகங்களில் பிராமணர்கள் ஆதிக்கம் செலுத்துவதை பிரிட்டிஷ் அரசு 1851ஆம் ஆண்டு முதலே உணர்ந்து, மற்றவர்களையும் ஊக்குவிக்க வேண்டும் என்று முயன்றது.

பிராமணர்கள் உத்தியோகங்களைத் தங்களது உறவினர்களுக்கே வழங்குகிறார்கள் என்று கலெக்டர்களுக்கு வந்த புகார்களின் பேரில் பெரும் சலசலப்பு ஏற்பட்டு அந்த ஆண்டு வருவாய்த்துறை வாரியம் ஒரு உத்தரவினை (Standing Order No. 128) வெளியிட்டது. அதன்படி:

கீழ்நிலை உத்தியோகங்களை ஒரு சில செல்வாக்குள்ள குடும்பங்கள் ஏகபோகமாக்கிக் கொள்ளக்கூடாது; அனைத்து உத்தியோகங்களையும் அந்தந்த மாவட்டங்களில் உள்ள முக்கிய சாதியினருக்குப் பகிர்ந்தளிக்க முயற்சிக்க வேண்டும்; தாசில்தார் பதவிகளில் ஒரு விகிதாச்சாரம் பிராமணரல்லாத சாதியினருக்கு அளிக்க வேண்டும்; கலெக்டர் அலுவல கத்தில் ஹுஜூர் சிரஸ்தார் - இங்கிலீஷ் ஹெட்கிளார்க் - என்கிற இரு பிரதான வருவாய் அதிகாரிகள் ஒரே சாதியைச் சேர்ந்தவர்களாக இருக்கக்கூடாது.

ஆனால் இந்த உத்தரவுகள் பின்பற்றப்படவில்லை. 1871ஆம் ஆண்டு மக்கள்தொகைக் கணக்கெடுப்பில் கீழ்க்கண்டவாறு எழுதப்பட்டிருந்தது.

'அரசுப் பதவிகளில் பிராமணர்களது எண்ணிக்கையைக் குறைக்க வேண்டும்; அதிக அளவு இந்து பிராமணரல்லாதாரையும், முஸ்லீம்களையும் அரசு உத்தியோகங்களில் ஊக்குவிக்கவேண்டும்; அதன் விளைவாக எந்த ஒரு குறிப்பிட்ட சாதியும் மற்றவர்களைவிட அதிக முக்கியத்துவமோ அதிக எண்ணிக்கை பலமோ பெற்றுவிட அனுமதிக்கக்கூடாது. இதுவே அரசின் உண்மையான கொள்கையாக இருக்கவேண்டும்' (Report of the Census of Madras Presidency, 1871, Vol 1) நாட்டு நிர்வாகம் சம்பந்தப்பட்ட உத்தியோகங்களில் எந்த ஒரு சாதியும் ஏகபோகம் வகிப்பதைத் தவிர்ப்பதற்கு அரசு தனிச்சலுகைகள் வழங்க வேண்டும் என்று மக்கள்தொகைக் கணிப்புக் கண்காணிப்பாளர் கார்னிஷ் குறிப்பிட்டிருந்தார்.

நீதிக்கட்சி தோன்றுவதற்கு 45 ஆண்டுகளுக்கு முன்பே இந்தக் கருத்து உதயமானது குறிப்பிடத்தக்கது.

வாய்ப்பு இல்லாதவர்களுக்கு வாய்ப்புத் தந்து அவர்களைக் கைதூக்கி விடவேண்டும் என்கிற ஆங்கிலேயரின் சமநோக்கு மட்டும் இதற்குக் காரணம் இல்லை. ஒரு சாராரின் ஆதிக்கம் பெருகிவிட்டால் அது அன்னியர் ஆட்சிக்கு எதிரான சதிக்கு இடம் கொடுத்துவிடும் என்கிற அச்சமே அப்போது ஆங்கிலேயரிடம் மேலோங்கியிருந்தது. (திராவிட இயக்க வரலாறு, தொகுதி-1, முரசொலிமாறன்)

பிராமணரல்லாதாரின் மனதில் ஆங்கிலேயர் போட்ட இந்த தூபம்தான் பின்னாளில் நீதிக்கட்சியாக உருவெடுத்தது.

1912-ல் அரசு ஊழியர்கள் சிலர் தாங்கள் பிராமணரல்லாதாராக இருந்த ஒரே காரணத்தாலேயே உத்தியோகத்துறையில் புறக்கணிக்கப் பட்டதையும் வேலை உயர்வு போன்ற நியாயமாகக் கிடைக்க வேண்டிய வாய்ப்புகள் மறுக்கப்பட்டதையும் உணர்ந்து மெட்ராஸ் யுனைடெட் லீக் என்னும் அமைப்பை உருவாக்கினர். இந்த அமைப்புக்கு டாக்டர் சி. நடேசன் முதலியார் வழிகாட்டியாக விளங்கினார்.

இந்த இயக்கம் அமைவதற்கு பாடுபட்டவர்களாகக் குறிப்பிடப்படு பவர்கள் :

சரவணபிள்ளை (பின்னால் தஞ்சையில் டெபுடி கலெக்டர் ஆனவர்)
ஜி. வீராசாமி நாயுடு
துரைசாமி முதலியார் (பொறியியல் துறையைச் சார்ந்தவர்)
எஸ்.நாராயணசாமி நாயுடு (வருவாய் வாரியத்தின் ஷெரீப்பாகப் பணியாற்றியவர்.

இவர்களில் யாருமே தாழ்த்தப்பட்டவர்களுக்கு உரிமை கிடைக்க வில்லை என்ற காரணத்துக்காக இந்த அமைப்பை ஆரம்பிக்கவில்லை என்பதைக் கவனத்தில் கொள்ளவேண்டும். தாங்கள் உத்தியோகத் துறையிலும் பதவி உயர்விலும் புறக்கணிக்கப்படுவதாக உணர்ந்தே இந்த அமைப்பை உருவாக்கியிருக்கின்றனர்.

1913ஆம் ஆண்டு. டாக்டர் நடேச முதலியாரின் மருத்துவமனையில் உள்ள தோட்டத்தில் மெட்ராஸ் யுனைடெட் லீக்கின் முதலாவது ஆண்டு நிறைவு விழாவில் அதனுடைய பெயர் 'திராவிடர் சங்கம்' என்று மாற்றுவதென்று ஒருமனதாகத் தீர்மானம் நிறைவேற்றப் பட்டது. பெயர் மாற்றப்பட்ட திராவிடர் சங்கமும் தாழ்த்தப்பட்டவர் களுக்கு நன்மை எதுவும் செய்ததாகக் குறிப்புகள் கிடைக்கவில்லை.

சென்னை திராவிடர் சங்கத்தின் சார்பில் 1915ல் வெளியிடப்பட்ட பிராமணரல்லாதோர் கடிதங்கள் (Non Brahmins Letters) ரெட்டி, நாயுடு, வேளாளர் ஆகியோருக்கான ஒருங்கிணைவை முதலில் முன்வைத்தது. (சுயமரியாதை இயக்கமும் பொதுவுடைமையும், கோ.கேசவன்)

1916ம் ஆண்டு டாக்டர் நடேச முதலியார் 'திராவிட சங்க விடுதி' என்கிற ஒன்றைத் துவக்கினார். திருவல்லிக்கேணி அக்பர் சாகிப் தெருவில் உள்ள ஒரு பெரிய கட்டடத்தில் பிராமணரல்லாத மாணவர்களுக் கென்று பிரத்யேகமாக அந்த விடுதி செயல்படத் துவங்கியது. இவ்விடுதியும் தாழ்த்தப்பட்டவர்களின் முன்னேற்றத்தை மனதில் கொண்டு ஆரம்பிக்கப்பட்டதல்ல. பிராமணரல்லாத மாணவர்களின் முன்னேற்றத்தைக் கருத்தில்கொண்டே ஆரம்பிக்கப்பட்டது.

நீதிக்கட்சியை ஆரம்பித்தவர்களில் முக்கியமானவர்களாக கருதப்படு பவர்கள் டி.எம்.நாயர், சர்.பி.டி.தியாகராய செட்டியார் ஆகியோர் ஆவர்.

டி.எம்.நாயர்

டி.எம்.நாயர் நீதிக்கட்சியை ஆரம்பிப்பதற்கு முன்பு காங்கிரஸில் இருந்தார். 1907 ஆம் ஆண்டில் சித்தூர் நகரில் நடைபெற்ற வடஆற்காடு மாவட்ட காங்கிரஸ் மகாநாட்டில் தலைமை வகித்தார்.

1904 ஆம் ஆண்டு பிராமணர்கள் அதிகம் வாழக்கூடிய திருவல்லிக்கேணித் தொகுதியிலிருந்து அவர் சென்னை மாநகராட்சிக்குத் தேர்ந்தெடுக்கப் பட்டார். அதன் பின்னரும் தொடர்ந்து மூன்று முறை அந்தத் தொகுதியில் தேர்ந்தெடுக்கப்பட்டார். 1916ம் ஆண்டு அதே தொகுதியில் இந்திய சட்டசபைக்குப் போட்டியிட்ட போது தோற்றார். தாம்

தோற்றதற்கு அங்கு வாழும் பிராமணர்களே காரணம் என்ற புதுமையான (?) முடிவுக்கு வந்தார். இந்தத் தோல்வியானது அவரை பிராமணரல்லாதார் இயக்கத்தை உருவாக்க வேண்டும் என்ற எண்ணத்தை உருவாக்கியது.

சர்.பி.டி.தியாகராய செட்டியார்

'வெள்ளுடை வேந்தர்' என்று அழைக்கப்படும் சர்.பி.டி.தியாகராய செட்டியார் நீதிக்கட்சியைத் தொடங்குவதற்கு முன் காங்கிரஸிலேதான் இருந்தார்.

ஒருமுறை மயிலாப்பூர் கபாலீசுவரர் கோயில் கும்பாபிஷேகத்துக்கு மற்றெல்லாரையும்விட அதிகத் தொகையாகிய ரூ.10.000 அளித்தார் தியாகராய செட்டியார். இருந்தும் அவர் விழாக் கூட்டத்துக்குச் சென்றபோது அவரை மேடையில் உட்கார வைக்காமல் கீழே உட்காரச் செய்தார்களாம். ஹைகோர்ட் ஜட்ஜ் முதல் அர்ச்சக, பரிசாரக, தரகர் பார்ப்பனரெல்லாம் மேடையில் அமர்ந்திருந்தனராம். இவருடைய ஆபிஸில் வேலைக்கு இருந்த சில பார்ப்பன சிப்பந்திகள்கூட மேடைமேல் வீற்றிருந்தனராம். இந்தப் பார்ப்பன ஜாதித் திமிரைச் சகிக்க முடியாத சர்.பி.டி.தியாகராய செட்டியார், அந்த இடத்தை விட்டு விர்ரென்று எழுந்து காரிலேறி டாக்டர் நாயருடைய பங்களாவுக்குச் செல்லச் சொன்னாராம். இந்த நிகழ்ச்சிகள்தான் பிராமணரல்லா தாருக்காக ஒரு கட்சியை ஆரம்பிக்கவேண்டும் என்ற எண்ணத்தை உருவாக்கியதாம்.

இதைப்பற்றி ' டாக்டர் நாயர், தியாகராயர், நான்' என்ற தலைப்பில் ஈ.வே.ராமசாமி நாயக்கர் பின்வருமாறு எழுதுகிறார்:-

'...ஆரம்பகாலத்தில் பார்ப்பனரல்லாதவர்களுக்கு விரோதமாக தேசியப் போர்வையில் பார்ப்பனர்களை ஆதரித்தவர்கள்தான் அவர்(நாயர்). நானும் ஆரம்பத்தில் பார்ப்பனர்களுக்கு ஆதரவாயிருந்து பார்ப்பனரல்லாதார் தேர்தலை எதிர்த்தவன்தான். பிறகுதான் உண்மை உணர்ந்து நாங்கள் பார்ப்பனரல்லாதாரோடு ஒன்றானோம். ஜஸ்டிஸ் கட்சி பிரமுகர்களில் மிக முக்கியமானவரான சர்.பி.டி.தியாகராய செட்டியார்கூட ஆரம்பத்தில் தேசியவாதியாக இருந்தவர்தான். 1914ல் சென்னையில் நடைபெற்ற காங்கிரஸ் மாநாட்டின் காரியதரிசியா யிருந்து அரும் பெரும் தொண்டாற்றியவர்தான். அவரும் இன உணர்ச்சி பெற்றார். ஆகவே நாங்கள் எல்லாம் துவக்கத்திலேயே இராட்சதர் களாக ஆக்கப்பட்டவர்கள் அல்லர். அடிமைகளாயிருந்து பிறகு அவர்களின் கொடுமை தாங்காமல் இழிவு பற்றிய உணர்ச்சி பெற்று

விழிப்படைந்தவர்கள்தாம் நாங்கள்.' (நீதிக்கட்சி 75வது ஆண்டு பவள விழா மலர் 1992)

ஆக இதிலிருந்து நாம் ஒரு விஷயத்தைத் தெளிவாகப் புரிந்து கொள்ளலாம். அதாவது டி.எம்.நாயர் தேர்தலில் தோற்றுப் போனதாலும், தியாகராயசெட்டியார் தம்மை மேடையில் உட்கார வைக்கவில்லை என்ற காரணத்தாலும் பிராமணர்கள் மேல் வெறுப்புக்கொண்டு இவர்கள் பிராமணரல்லாத கட்சியை ஆரம்பிக்க எண்ணம் கொண்டார்களே தவிர, தாழ்த்தப்பட்டவர்கள் முன்னேற்றம் அடைய வேண்டும் என்ற காரணத்துக்காக அல்ல என்பதை நாம் தெளிவாகப் புரிந்து கொள்ளலாம்.

நான் இப்படிச் சொல்வதற்கு ஒரு காரணம் இருக்கிறது. டி.எம்.நாயர் சென்னை மாநகராட்சிக்கு மூன்று முறை தேர்ந்தெடுக்கப்பட்டுள்ளார். ஒருதடவையாவது அவர் தாழ்த்தப்பட்டவர்களைப் பற்றி எண்ணிய துண்டா? கவலைப்பட்டதுண்டா? தாழ்த்தப்பட்டவர்களுக்கு ஏதாவது நன்மை செய்திருக்கிறாரா? சேரியிலே புழுக்களாகத் தினமும் இன்னல்களை அனுபவித்து வந்த தாழ்த்தப்பட்ட மக்களைப் பற்றி மாநகராட்சியில் பேசியதுண்டா? இல்லை...இல்லை...இல்லவே இல்லை.

அதைப்போலவே தியாகராய செட்டியாரும் நீதிக்கட்சியை ஆரம்பிப்பதற்கு முன் தாழ்த்தப்பட்டவர்களின் நலனுக்கு ஏதாவது செய்திருக்கிறாரா?

1921ஆம் ஆண்டு சென்னை பெரம்பூர் பக்கிங்காம் கர்னாடிக் மில் தொழிலாளர் வேலை நிறுத்தத்தால் ஏற்பட்ட போராட்டம் சாதிக் கலவரமாக மாறியது. இதைக் காரணமாக வைத்து தியாகராயர் சொன்னது என்ன தெரியுமா?

'தாழ்த்தப்பட்டோர்களை நகருக்கு வெளியே குடியமர்த்தவேண்டும்' என்று அரசுக்கு ஆலோசனை வழங்கினார். அன்றைய தொழிலாளர் தலைவரான எம்.சி.ராஜா இதைக் கடுமையாக விமர்சனம் செய்தார். (M.C.Raja's Memorandum to Muddiman Committee-1924)

இந்த நேர்மையற்ற செயல் 'ஏறிவந்த ஏணியை எட்டி உதைக்கும் நீதிக்கட்சியினர்' என்று தலைவர் ஜெ.சிவசண்முகம் பிள்ளையை எழுத வைத்தது. (The History of Adidravidas - J.Sivashanmugam Pillai)

அதேபோல 1921-22ல் தியாகராய செட்டியார் தீண்டாமை ஒழிப்பைப் பற்றிய விவாதத்தில் ஆதரவான கருத்து ஏதும் கூறாமலே இருந்து விட்டார்.

இப்படி தாழ்த்தப்பட்டவர்களுக்கு எதுவுமே செய்யாமல், அவர்களுக்கு எதிராக இருந்தவர்களா நீதிக்கட்சியை தாழ்த்தப்பட்டவர்களின் முன்னேற்றத்துக்காக ஆரம்பித்தனர்?

கல்வியிலும் செல்வத்திலும் வளமாக இருந்த நாயருக்கும் தியாகராய செட்டியாருக்கும் ஒருவேளை கட்சியிலும் மேல் சாதியாரிடத்தும் மதிப்பும் வாய்ப்பும் கிடைத்திருக்குமானால் 'இன உணர்வு' உண்டாகி யிருக்குமா என்பதையும் நாம் சிந்திக்க வேண்டியிருக்கிறது. இவர்களுடைய நலன்கள் பாதிக்கப்பட்டதாலேயே பிராமணரல்லாத கட்சியை ஆரம்பித்தார்கள் என்பதுதான் உண்மை.

1916ஆம் ஆண்டு நவம்பர் மாதம் 20ஆம் நாள் நீதிக்கட்சி உருவானது. அதே ஆண்டு டிசம்பர் மாதம் 20ம் நாள் தியாகராயச் செட்டியார் 'பிராமணரல்லாதார் கொள்கை அறிக்கை'யை (Non-Brahmin Manifesto) வெளியிட்டார்.

அந்த அறிக்கை, பிராமணரல்லாத உயர்சாதி மக்களுக்கான - பிற்படுத்தப்பட்ட மக்களுக்கான அறிக்கையாகத்தான் வெளிவந்தது.

அந்த அறிக்கையின் ஒரு பகுதியிலிருந்தே இதை உணர்ந்து கொள்ளலாம்.

> ''.....(கல்வித்துறையில்) தாமதமாக நுழைந்திருந்தாலும் பிராமணரல்லாத சமுதாயங்கள் முன்னேறத் துவங்கிவிட்டன.
>
> அவர்கள் இப்போது முன்னேற்றத்தின் பல படிக்கட்டுகளில் இருக்கிறார்கள். செட்டியார், கோமுட்டி, முதலியார், நாயுடு, நாயர் போன்ற சமுதாயத்தினர் வேகமாக முன்னேறி வருகின்றனர். மிகவும் பின்தங்கியோர்கூட முன்னேறியிருப்பவர்களைப்போலவே புதிய காலத்தின் தகுதிகளைப் பெறுவதற்காக அக்கறையுடன் பாடுபட்டு வருகிறார்கள். கல்வியில் முன்னேறவேண்டும் என்கிற பொதுவான உணர்வு எல்லோருக்கும் ஏற்பட்டுவிட்டது. பிராமணர்களில் காணப்படுவதைவிடச் சில பிராமணரல்லாத சமுதாயத்தினரிடையே காணப்படும் கல்வி வளர்ச்சி சீரானதாகவும், சமநிலையிலும் (ஆண்-பெண் இருபாலரும் கல்வி கற்கும் சூழ்நிலையிலும்) இருக்கிறது என்பது குறிப்பிடத்தக்க சூழ்நிலையாகும். எது காரணம் பற்றியோ கல்வி இலாக்காவினர் பிராமணப் பெண்களுக்கும், குறிப்பாக பிராமண விதவைகளுக்கும் ஏதோ அவர்கள் பின்தங்கிய வகுப்பைச் சேர்ந்தவர்கள் போலக் கருதிக்கொண்டு கல்விச் சலுகை அளித்து வருகின்றனர். இருந்தாலும் பிராமணரல்லாதாரைச் சேர்ந்த நாயர் பெண்களின்

அளவுக்குப் பிராமணப் பெண்கள் கல்வி கற்றுவிட்டதாக இல்லை.

பல்வேறு வழிகளிலும், பல்வேறு துறைகளிலும் பிராமணரல்லாதார் அடக்கமாக அதேநேரம் பயனுள்ள வகையில் இந்த மாகாணத்தின் முன்னேற்றத்துக்காகப் பணியாற்றி வருகின்றனர். அவர்களும் அவர்களுடைய சகோதரர்களும் இது வரையில் வேறுவழியின்றி பின்னால் தள்ளப்பட்டுக்கிடந்தார்கள். பிராமண ஜாதியினர் தந்திரமாகவும், பல்வேறு வழிகளிலும் அரசியல் அதிகாரத்தையும், உத்யோகச் செல்வாக்கையும் பயன்படுத்திய காரணத்தால் இந்த நிலை ஏற்பட்டது.

அறிவுத்துறையில் தீவிரமான போட்டி நிலவுகின்ற இந்த நாட்களில் பரீட்சைகளில் வெற்றி பெறும் திறமை ஒரு தனித் திறமை என்பதை நாங்கள் மறுக்கவில்லை. எங்களால் புரிந்து கொள்ள முடியாதது என்னவெனில், மற்றவர்களைவிட ஆங்கிலம் கற்ற ஆடவர் தொகை அதிகம் கொண்டிருக்கிற ஒரு சிறு வகுப்பு, இதர வகுப்புகளில் ஏதோ குறைந்த அளவாவது இடம்கொடுக்காமல் அவர்களை முற்றிலும் ஒதுக்கிவிட்டு, அரசாங்க உத்தியோகங்களில் பெரிதும், சிறியதும், உயர்ந்ததும், தாழ்ந்ததுமான அனைத்தையும் உறிஞ்சிக்கொள்ள அனுமதிக்கப் படுவதுதான்!'' (திராவிட இயக்க வரலாறு, தொகுதி-1, முரசொலிமாறன்)

செட்டியார், கோமுட்டி, முதலியார், நாயுடு, நாயர் போன்ற சமுதாயத்தினர் வேகமாக முன்னேறி வருகின்றனரே - நாயர் பெண்கள் முன்னேறி வருகின்றனரே, அவர்களை முற்றிலும் ஒதுக்கி விடுகின்றனரே பிராமணர்கள் என்ற ஆதங்கம் இதில் தொனிக்கிறது என்பதைக் கூர்ந்து படித்தால் புரிந்துகொள்ளமுடியும்.

தாழ்த்தப்பட்டவர்கள் புறக்கணிக்கப்படுவதைப் பற்றிய கவலை இதில் துளியும் இல்லை. ஏனென்றால், நீதிக்கட்சியினர் தாழ்த்தப்பட்டவர்கள் அல்லவே!

6

தாழ்த்தப்பட்டவர்களுக்கா வகுப்புரிமை ஆணை?

பார்ப்பனரல்லாத மக்களுக்காக - குறிப்பாகத் தாழ்த்தப்பட்ட மக்களுக்காக நீதிக்கட்சி ஆட்சி வகுப்புரிமை ஆணையைக் கொண்டு வந்தது என்பதுதான் நீதிக்கட்சி ஆட்சியின் முக்கிய சாதனை என்று தம்பட்டம் அடித்துக்கொள்கின்றனர். ஆகவே இந்த வகுப்புரிமை ஆணையைப்பற்றி சற்று விரிவாகக் காண்போம்.

நீதிக்கட்சியின் முதல் அமைச்சரவை 1920 டிசம்பர் 17ம் நாள் பதவிப் பொறுப்பை ஏற்றது. நீதிக்கட்சியைச் சார்ந்த ஓ.தணிகாசலம் செட்டியார் 5-8-1921 அன்று ஒரு தீர்மானத்தைக் கொண்டுவந்தார்:

'பிராமண மனுதாரரைவிட பிராமணரல்லாத மனுதாரர் குறைவான தகுதியுடையவராக இருப்பினும் அரசுப் பணிகளின் நியமனத்துக்கு உரிய குறைந்தபட்சத் தகுதிகளைப் பெற்றவராக அவர் இருந்தால் ரூ 100/-க்கும் அதற்கு மேற்பட்டும் மாத வருமானம் உள்ள பதவிகளில் பிராமணரல்லாதார்க்கு 66 சதவீதமும் ரூ 100/-க்குக் குறைவாக மாத வருமானம் உள்ள பதவிகளில் 75 சதவீதமும் ஒதுக்கீடு செய்ய வேண்டும்.'

இத்தீர்மானத்தை வழிமொழிந்த சி.நடேச முதலியாரின் உரையில் இட ஒதுக்கீட்டுக்கான தருக்க நியாயத்தைவிட அரசாங்க ஆதரவுத்தன்மை ததும்பி வழிந்தது. அது:-

ஐயா, இந்தியாவில் பிரிட்டன் பேரரசுக்கான அடித்தளம் இடுதலில் பிரிட்டன் அரசுக்கு பிராமணர் அல்லாதார் துணை செய்துள்ளனர்... பிரிட்டன் அரசாங்கத்துக்கு ஆபத்து ஏற்படும் போதெல்லாம் அதைக் காப்பாற்ற அவர்கள் விரைந்தோடி வருகின்றனர். இந்த மண்ணின் மக்களின் நலத்தைப் பாதுகாப்பது

அரசாங்கத்தின் கடமையாகும். (சென்னை மாகாண சட்டமன்ற நடவடிக்கைகள், தொகுப்பு 2, 1921, பக்-425)

தணிகாசலத்தின் தீர்மானத்துக்கு சட்ட உருவம் கொடுப்பதில் நெருக்கடி ஏற்படுமென்பதை உணர்ந்து இந்த விவாதத்தில் பங்கேற்ற ஆங்கிலேய அதிகாரி ஏ.ஆர்.நாப் (A.R.Knapp) இதிலிருந்து தப்பிக்க ஒரு வழியைக் குறிப்பிட்டார். 1854-ல் வெளியிட்ட வருவாய்த் துறையின் ஆணையை அரசின் எல்லாத் துறைகளுக்கும் விரிவுபடுத்தலாம் என்று அவர் சொன்னதன் அடிப்படையில் இதில் உள்ள சிக்கல் தீர்க்கப்பட்டு 16-9-1921 முதல் வகுப்புவாரி அரசு ஆணை வெளியிடப்பட்டது.

அவ்வாணையில் அரையாண்டு காலத்தில் புதிதாகச் சேர்த்துக் கொள்ளப்பட்ட ஆட்களின் எண்ணிக்கையைப் பின்வருமாறு தலைப்புகளின் கீழ்வகைப்படுத்தி அரசுக்கு அரையாண்டு விவர அறிக்கைகளை அனுப்புமாறு கேட்டுக் கொள்ளப்பட்டது.

1. பிராமணர்கள்
2. பிராமணரல்லாத இந்துக்கள்
3. இந்தியக் கிறிஸ்துவர்கள்
4. முகம்மதியர்கள்
5. ஐரோப்பியர்கள் மற்றும் ஆங்கிலோ-இந்தியர்கள்
6. ஏனையோர்

- இவ்வாறு கூறுகிறது அரசு ஆணை எண்-613.

இந்த வகுப்புரிமை ஆணையைக் கூர்ந்து கவனிப்பவர்கள் ஒரு விஷயத்தைத் தெள்ளத் தெளிவாகப் புரிந்துகொள்ள முடியும். தாழ்த்தப்பட்டோர், பழங்குடியினர் ஆகியோரைக் குறிப்பாக உணர்த்தாமல் 'ஏனையோர்' என்ற தலைப்பில் அடைத்துவிட்டு கடைசியில் தள்ளிவிட்டனர்.

இது நீதிக்கட்சி அரசால் பிறப்பிக்கப்பட்டது எனக் குறிப்பிடுவது முழு உண்மையல்ல. நீதிக்கட்சியின் உறுப்பினர்களால் முன்மொழியப்பட்டும் வழிமொழியப்பட்டும் ஆங்கிலேய அதிகாரியால் திருத்தம் செய்யப்பட்டும் பிராமண உறுப்பினர்கள் உட்பட அனைவராலும் ஒருமனதாக ஒப்புக்கொள்ளப்பட்டு நிறைவேற்றப்பட்ட அரசாணை. இந்த அரசாணையை, ஆங்கிலேயரால் நேரடியாக நிர்வகிக்கப்பட்ட துறை வெளியிட்டது.

இந்த அரசாணையில் தெளிவாக இன்ன வகுப்பார்க்கு இவ்வளவு இடங்கள் எனக் குறிப்படாததால் இதை நிறைவேற்ற இயலவில்லை.

நீதிக்கட்சி அரசு மறுபடியும் இரண்டாவது வகுப்புரிமை ஆணையை 15-8-1922 ஆண்டு வெளியிட்டது (அரசு ஆணை எண்-658). முதல் அமைச்சரவையின் பதவிக்காலம் முடிந்தவுடன் 1923 செப்டம்பர் 11ம் நாள் அமைச்சர்கள் தமது பதவிப் பொறுப்புகளிலிருந்து விலகிக் கொண்டனர்.

இந்த இரண்டாவது வகுப்புரிமை ஆணையும் சட்டமாகவில்லை என்பதை கீழ்க்கண்ட செய்தியிலிருந்து நாம் தெரிந்து கொள்ளலாம்.

3-12-1950 அன்று திருச்சியில் நடைபெற்ற வகுப்புவாரி உரிமை மாநாட்டில் எஸ்.முத்தையா முதலியார் உரையாற்றினார். அப்போது அவர் பேசியதாவது:-

> நீதிக்கட்சி பதவிக்கு வந்ததும் சட்டசபையிலேயே வகுப்புவாரிப் பிரதிநிதித்துவக் கோரிக்கையை ஆதரித்துத் தீர்மானம் நிறை வேற்றப்பட்டது. மேற்படி தீர்மானம் 1920ம் ஆண்டிலேயே நிறை வேற்றம் ஆகியது என்றாலும் 1928 வரை அதைச் சட்டமாகக் கொண்டுவர முடியாமல்தான் இருக்கிறது. (நீதிக்கட்சி பாடுபட்டது யாருக்காக?)

1926 நவம்பர் 8ம் நாளன்று சட்டமன்றத்துக்கான பொதுத் தேர்தல் நடைபெற்றது. அந்தத் தேர்தலில் சுயராஜ்ஜியக் கட்சியினர் 41 இடங் களையும், நீதிக்கட்சியினர் 21 இடங்களையும், சுயேச்சைகள் 36 இடங்களையும் கைப்பற்றினர். அத்தேர்தலில் போட்டியிட்ட எந்தக் கட்சிக்கும் ஆட்சியை அமைக்கக்கூடிய பெரும்பான்மை இடங்கள் கிடைக்கவில்லை.

எந்தவொரு அரசியல் கட்சியும் ஆட்சி அமைக்க முன்வரமுடியாத நிலையில், ஆளுநர் கோஷன், அரசின் நியமன உறுப்பினர்களான 34 பேர்களுடைய ஆதரவைத் தருவதாக வாக்குறுதி தந்து, சுயேச்சையாக வெற்றிபெற்று வந்திருந்த டாக்டர் பி.சுப்புராயன் அவர்களை அழைத்து அமைச்சரவையை அமைக்குமாறு கேட்டுக்கொண்டார். டாக்டர் சுப்புராயன் அவர்கள் சுயேச்சை உறுப்பினர்கள் சிலரின் ஒத்துழைப் போடும் ஆளுநர் அளித்த வாக்குறுதியோடும் அமைச்சரவையை அமைக்க இசைந்தார். தம்மை முதலமைச்சராகவும் சுயராஜ்ஜியக் கட்சியினரான ஏ.அரங்கநாத முதலியார், ஆர்.என்.ஆரோக்கியசாமி முதலியார் இருவரையும் அமைச்சர்களாகவும் கொண்ட அமைச் சரவையை அமைத்து ஆட்சிப் பொறுப்பை 4-12-1926ல் ஏற்றார்.

ஒரு சிறுபான்மை உடைய அமைச்சரவை, ஆளுநர் ஆதரவோடும் நியமன உறுப்பினர்களின் ஆதரவோடும் ஆட்சி புரிந்து வருதலை நீதிக்கட்சியின் தலைவர்கள் விரும்பவில்லை. புதிய அமைச்சரவையின்

நடவடிக்கைகளுக்கு எதிர்ப்புத் தெரிவிக்கும் வகையிலேயே பணியாற்றி வந்தனர்.

சுயராஜ்ஜிய கட்சியைச் சேர்ந்த சுவாமி வெங்கடாசலம் செட்டி 1927ம் ஆண்டு ஆகஸ்ட் 23வது நாள் டாக்டர். சுப்புராயரின் அமைச்சரவை மீது நம்பிக்கையில்லாத் தீர்மானம் கொண்டுவந்தார்.

நீதிக்கட்சியைச் சேர்ந்த திரு.பி.இராமச்சந்திர ரெட்டியும், திரு.எம்.கிருஷ்ண நாயரும் ஆட்சியில் ஊழல்கள் மலிந்துவிட்டன என்றும் அமைச்சரவையானது நிர்வாகத் திறமையில்லாமல் செயல்படுகின்றது என்றும் கூறி, அமைச்சரவையை ஆட்சியிலிருந்து அகற்ற வேண்டிய இன்றியமையாத நிலை ஏற்பட்டுவிட்டது என்றும் வாதிட்டனர். எனினும் அத்தீர்மானம் தோல்வி அடைந்தது.

ஆனால் பெரியார், முன்னாள் நீதிக்கட்சி உறுப்பினரும் பனகல் அரசரின் செயலரும் பார்ப்பனர் அல்லாதாருமான டாக்டர் சுப்பராயனின் அமைச்சரவையானது பார்ப்பனர் அல்லாத அமைச்சர்களைக் கொண்ட அமைச்சரவை எனக் கூறி ஆளுநரின் செயலில் பாராளுமன்ற சனநாயக உணர்வு இருப்பதாகப் போற்றினார். (குடியரசு 9-1-27)

நாடாளுமன்ற சனநாயக முறையில் நேரடியாகப் பதவிகளை அனுபவிக்கும் அரசியல் நோக்கம் கொண்ட நீதிக்கட்சியினர் தமக்கு வாய்ப்பு கிடைக்கவில்லை என தனிப்பட்ட நலன் கருதி எதிர்ப்பு தெரிவித்தனர். நாடாளுமன்ற சனநாயக முறையை ஒப்புக்கொண்டு மறைமுகமாகப் பதவிகளைப் பயன்படுத்தும் அறவியல் நோக்கம் கொண்ட பெரியார், பார்ப்பனரின் ஆதிக்கம் உள்ள சுயராஜ்யக் கட்சியினர் ஆட்சிக்கு வராமல் பார்ப்பனரல்லாத சுப்பராயனின் கட்சியை ஆளுங் கட்சியாக ஆக்கியமைக்கு ஆதரவு தெரிவிப்பதில் பார்ப்பனரல்லாதாரின் நலன்கள் உள்ளது. இந்த வேறுபாட்டின் காரணமாகவே சுப்பராயன் அமைச்சரவை மீது நீதிக்கட்சியினர் கொணர்ந்த இரண்டு நம்பிக்கை இல்லாத் தீர்மானங்களையும் பெரியார் எதிர்த்தார். (குடியரசு: 29-3-27, 30-8-27). இரண்டு தடவைகளிலும் காங்கிரசு சுயராஜ்யக் கட்சியின் மறைமுக ஆதரவுடன் அமைச்சரவை தப்பியது.

பிரிட்டிஷ் அரசு 1927 நவம்பர் 8ம் நாளன்று ஜான் சைமன் தலைமையில் ஆய்வுக்குழு அமைத்தது. ஒத்த நோக்கங்களைக் கொண்ட காங்கிரஸ் கட்சியுடன் இணைவதாக நீதிக்கட்சி தலைவர்கள் 1927 ஏப்ரலில் அறிவித்தனர். இதன்பின் கூடிய சிறப்பு மாநாட்டில் (கோவை 2-7-1927) நீதிக்கட்சி உறுப்பினர்கள் காங்கிரஸில் சேர இசைவளிக்கும் தீர்மானம் கொண்டுவரப்பட்டது. கோவை ஆர்.கே.சண்முகம் செட்டியார், ஜே.எஸ்.கண்ணப்பர் இதை ஆதரித்தனர். ஆனால் பெரியார் மறுத்தார்.

இரட்டையாட்சியின் பயன்களை இதுவரை அனுபவித்த நீதிக்கட்சி இப்போது பதவியில் இல்லாதபோது 'இரட்டையாட்சி இருக்கும் வரையில் இனிமேல் பதவிக்கு வர விரும்பவில்லை' எனக் கோவை மாநாட்டில் தீர்மானித்தது. மேலும் 'இந்தியர் எவரும் இல்லாததால் சைமன் ஆணைக் குழுவுடன் எவ்விதக் கூட்டுறவும் வைத்துக் கொள்வதில்லை' எனவும் தீர்மானிக்கப்பட்டது. பெரியார், சைமன் ஆணைக்குழுவை வரவேற்றார். பொதுமக்களை ஏமாற்றும் காங்கிரஸார் முயற்சியில் நீதிக்கட்சியினர் சிக்கக்கூடாது எனவும் அறிவுறுத்தினார். (குடியரசு: 20-11-27)

சி.பி.ராமசாமி அய்யரை மீண்டும் சட்ட அமைச்சராக மறுநியமனம் செய்த ஆளுநரைக் கண்டித்தும் ஆளுநரைப் பதவியிலிருந்து விடுவிக்கவும் கோரும் பெரியாரின் தீர்மானம் நீதிக்கட்சித் தலைவர்கள் வேண்டுகோளின் பேரில் கைவிடப்பட்டது. கோவை மாநாடு முடிந்த பின் அதன் தீர்மானங்களுக்காகத் தம்மிடம் பனகல் அரசர் மன்னிப்புக் கேட்டுக் கொண்டார் என ஆளுநர் வைசிராய் இர்வினுக்கு எழுதிய கடிதத்தில் குறிப்பிட்டுள்ளார்.

சென்னை சட்டமன்றத்தில் சைமன்குழு நியமனம் பற்றிய பிரச்னை விவாதத்துக்குக் கொண்டுவரப்பட்டது. முதலமைச்சர் டாக்டர் பி.சுப்புராயன் தீர்மானத்தை எதிர்த்து சைமன் குழுவுக்கு ஆதரவாக வாக்களித்தார். ஆனால் அவரது அமைச்சரவையிலிருந்த அமைச்சர்கள் ஏ.அரங்கநாத முதலியார், ஆர்.என்.ஆரோக்கியசாமி முதலியார் இருவரும் சைமன் குழுவுக்கு எதிராக வாக்களித்தனர்.

அமைச்சரவைக்குள்ளேயே கருத்து வேறுபாடுகள் ஏற்பட்டுவிட்ட நிலையை உணர்ந்த டாக்டர் பி.சுப்புராயன் அவர்கள், தமது முதலமைச்சர் பதவியிலிருந்து விலகிக் கொள்ளத் தீர்மானித்து பதவி விலகல் கடிதத்தை ஆளுநரிடம் கொடுத்தார். அதன் காரணமாக மற்ற இரு அமைச்சர்களும் பதவிகளைத் தாமாகவே இழக்கும்படியான சூழ்நிலை ஏற்பட்டது.

ஆளுநர் கோஷன், டாக்டர் பி.சுப்புராயன் அவர்களின் அமைச் சரவையைப் புதுப்பிக்கக் கருதி, நீதிக்கட்சியின் தலைவரான பனகல் அரசரின் உதவியை நாடினார். நீதிக்கட்சியினர்க்கு மனநிறைவு ஏற்பட வேண்டி, (நீதிக்கட்சி இரட்டையாட்சி இருக்கும் வரையில் பதவியேற் பதில்லை என்று தீர்மானம் இயற்றிய பின்னர்.) ஆளுநர் நீதிக்கட்சியைச் சேர்ந்த திரு.எம்.கிருஷ்ண நாயரை நிர்வாக ஆலோசனை அவையின் சட்ட உறுப்பினராக நியமித்தார். அதன்பின்தான் பனகல் அரசர் ஒத்துழைப்பை அளிக்க முன்வந்தார்.

பனகல் அரசர் திரு.எஸ்.முத்தையா முதலியார், திரு.எம்.ஆர். சேதுரத்தினம் அய்யர் (மணத்தட்டை சேதுரத்தின அய்யர், ஒரு பிராமண

மிராசுதார்; தாலுகா கழகத்தின் தலைவராகவும் மாவட்டகழகத்தின் துணைத் தலைவராகவும் இருந்தவர்.) ஆகிய இருவரையும் சுயராஜ்ஜியக் கட்சியிலிருந்து பிரித்து, டாக்டர் பி.சுப்புராயன் அமைச்சரவையில் இரு அமைச்சர்களாகப் பொறுப்பேற்கவைத்தார். அதோடு நீதிக்கட்சியின் ஆதரவை அளிக்க முன்வந்தார்.

இந்த அமைச்சரவை 1928 மார்ச் 16ம் நாள் பதவி ஏற்றுக்கொண்டது.

சுயராஜ்ஜியக் கட்சியிலிருந்து பிரித்து அழைத்து வரப்பட்ட எஸ்.முத்தையா முதலியார் கொண்டுவந்ததுதான் மூன்றாவது வகுப்புரிமை ஆணை. 15-12-1928ம் ஆண்டு இவ்வாணை பிறப்பிக்கப்பட்டது. இந்த ஆணை கீழ்வருமாறு குறிப்பிட்டது:-

அ. ஒவ்வொரு வகுப்பாரிலும் தகுதியும் தக்கவராகவும் உள்ள வேட்பாளர்களிடமிருந்து அலுவலர்களை நியமனம் செய்யவேண்டும். ஒவ்வொரு 12 பணியிடங்களிலும் ஒவ்வொரு வகுப்பாருக்கும் பின்வருமாறு விகிதாச்சாரத்தில் நியமனம் இருக்கவேண்டும்.

1. பிராமணரல்லாதார்(இந்து) 5
2. பிராமணர்கள் 2
3. முகம்மதியர்கள் 2
4. ஆங்கிலோ-இந்தியர் மற்றும் கிறிஸ்தவர்கள்(ஐரோப்பியர் உள்பட) 2
5. ஏனையோர் 1

ஆ. இத்தகைய நியமனங்கள் பின்வரும் வரிசைப்படி செய்யப்பட வேண்டும்.

1. பிராமணரல்லாதார்(இந்து)
2. முகம்மதியர்
3. பிராமணரல்லாதார்(இந்து)
4. ஆங்கிலோ-இந்தியர் அல்லது கிறிஸ்தவர்கள்
5. பிராமணர்
6. பிராமணரல்லாதார்(இந்து)
7. ஏனையோர்
8. பிராமணரல்லாதார்(இந்து)
9. முகம்மதியர்
10. பிராமணரல்லாதார்(இந்து)

11. ஆங்கிலோ-இந்தியர் அல்லது கிறிஸ்தவர்கள்
12. பிராமணர்

திரு.எஸ். முத்தையா முதலியார் கொண்டுவந்த இந்த ஆணை முதன் முதலாக இன்னின்னார்க்கு இத்தனை இடங்கள் என்று வரையறை செய்தது.

இந்த ஆணையிலும் தாழ்த்தப்பட்டோரை ஒரு வகுப்பாகக் கொள்ளாமல் 'ஏனையோர்' என்ற பெயரில் அடைத்துவைத்து ஒரே ஒரு இடத்தை அளித்தனர். தாழ்த்தப்பட்ட வகுப்பாருக்கு மிகக் குறைந்த முன்னுரிமையையே அளித்திருப்பதைப் பார்க்கும்போது தாழ்த்தப் பட்டவர்களுக்கா இந்த வகுப்புரிமை ஆணைகள் என்ற கேள்விதான் எழுகிறது.

அன்றிருந்த சென்னை மாகாணத்தில் பிராமணர்களைவிட, முகம்மதியர் களைவிட, கிறிஸ்தவர்களைவிட தாழ்த்தப்பட்டோர், மக்கள் தொகையில் அதிகமாக இருந்தனர். ஆனால் பிராமணர், முகம்மதியர், கிறிஸ்தவர் ஆகியோர்க்கு இரண்டு இடங்களை தந்துவிட்டு மக்கள் தொகையில் அவர்களைவிடப் பலமடங்கு அதிகம் இருந்த தாழ்த்தப் பட்டவர்களுக்கு ஒரே ஒரு இடம் கொடுத்ததானது தாழ்த்தப் பட்டவர்களின் உரிமையைக் குழிதோண்டிப் புதைத்ததாகத்தானே அர்த்தம்? இதுதான் சமூக நீதியா? நீதிக்கட்சி கொண்டுவந்த வகுப்புரிமை ஆணை தாழ்த்தப்பட்டவர்களுக்கு சமூக நீதியல்ல, சமூக அநீதி.

7

டி.எம்.நாயரின் ஸ்பர்டாங்க் ரோடு பேருரை - அதீத பொய்கள்

நீதிக்கட்சியையும் தாழ்த்தப்பட்டோரையும் இணைத்து எழுதும் போதெல்லாம் டி.எம்.நாயரின் ஸ்பர்டாங்ரோடு பேச்சை மிகைப் படுத்தி எழுதி வருகின்றனர்.

கூ.வ.எழிலரசு அவர்கள் எழுதிய 'நீதிக்கட்சித்தலைவர் டாக்டர் டி.எம்.நாயர்:வாழ்வும் தொண்டும் என்ற நூலில், ''நீதிக்கட்சி ஏற்பாடு செய்த கூட்டங்களுள் 7.10.1917ல் ஸ்பர்டாங்க் சாலையில் நடத்திய 'பஞ்சமர்' கூட்டம் வரலாற்றுச் சிறப்புமிக்கதாகும். சில பஞ்சமர்களுக்கு இழைக்கப்பட்ட கொடுமைகளைக் கண்டிக்கவே இக்கூட்டம் நடத்தப்பட்டது,'' என்றெல்லாம் எழுதியிருக்கிறார். ஆனால் அது உண்மையல்ல. ஏனென்றால், நாயரின் பேச்சில் அப்படிப் பட்ட ஒரு செய்திகூட இல்லை.

முரசொலிமாறன் தன்னுடைய 'திராவிட இயக்க வரலாறு' என்ற நூலில் '1917ஆம் ஆண்டு, அக்டோபர் 2ம் நாள் அப்போது பஞ்சமர் என்று அழைக்கப்பட்ட ஆதிதிராவிடர் அன்றைய அரசியல் நிலையில் அவர்கள் பங்கு குறித்து 'ஸ்பர்டாங்க்' என்று அழைக்கப்பட்ட எழும்பூர் ஏரியில் கூட்டம் போட்டு அதில் டாக்டர் நாயரைப் பேச அழைத் திருந்தனர்,'' என்று எழுதுகிறார்.

அதேபோல் நாயர் தாழ்த்தப்பட்டோர்களையும் தீண்டாமையையும் பற்றி மிகத் தீவிரமாகப் பேசினார் என்பதும் மிகைப்படுத்தப்பட்ட பிம்பமே.

நாயர் அக்கூட்டத்தில் பிராமணர்களைப் பற்றி கேலியாகப் பேசியதும் அன்னிபெசன்ட் அம்மையாரை நையாண்டி செய்ததும்தான் செய்திகளே தவிர தாழ்த்தப்பட்டோரைப் பற்றி அல்ல என்பதை அவரின் உரையைப் படிப்போர் உணரலாம்.

நாவலர் இரா.நெடுஞ்செழியன் அவர்கள் எழுதிய 'திராவிட இயக்க வரலாறு' என்ற நூலில் நாயரின் உரை 13 பக்கங்களில் 350 வரிகளில் 7 வரிகளிலும், க.திருநாவுக்கரசு அவர்கள் எழுதிய 'திராவிட இயக்கத்தின் முதல் ஆவணங்கள்' என்ற நூலில் 30 பக்கங்களில் 836 வரிகளில் 4 வரிகளிலும் தாழ்த்தப்பட்டவர்கள் பற்றி குறிப்பிடப்படுகிறது. இதைத்தான் இவர்கள் தாழ்த்தப்பட்டோர்களைப்பற்றியும் தீண்டாமை பற்றியும் நாயர் மிகத் தீவிரமாகப் பேசினார் என்று கூறுகிறார்கள்.

ஆவேசமும் வசைமாரியும் தலைவிரித்தாடிய அந்தக் கூட்டத்தில் பஞ்சம மகாஜன சபையின் தலைவரான அன்சஸ் என்பவர் மட்டும் கடமை, கண்ணியம், கட்டுப்பாடு காத்து அறிவாண்மையுடன் பேசியதாகக் கூறப்படுகிறது.

'பிராமணரல்லாதார்கள் புதிய பரிவுடன், இனிக்க இனிக்கப் பேசியதைக் கேட்டு அவர் மயங்கவில்லை. பிராமணரல்லாதார்கள் தங்களுக்குள் இருக்கும் பல்வேறு தனி வேறுபாடுகளை விட்டொழித்து பஞ்சமர்களை சகோதரர்களாக ஏற்றுக் கொள்ளாதவரையில், அவர்கள் பஞ்சமர்களைப் பிரதிநிதித்துவப்படுத்துவதாகச் சொல்வதை ஏற்க முடியாது என்று பஞ்சமகாஜன சபைத் தலைவர் குறிப்பிட்டார். (இந்து நாளிதழ் - அக்டோபர் 1917, நீதிக்கட்சியின் திராவிடன் - நாளிதழ் ஓர் ஆய்வு)

மேலும் ஒரு சில எழுத்தாளர்கள் இந்த ஸ்பர்டேங் கூட்டத்தில் இரட்டை மலை சீனிவாசன் அவர்கள் தலைமையேற்றதாகக் கூறிவருகின்றனர். நாவலர் இரா.நெடுஞ்செழியன் அவர்கள் எழுதிய 'திராவிட இயக்க வரலாறு' என்ற நூலில் 'இரட்டைமலை சீனிவாசன் அவர்களின் சீரிய தலைமையின் கீழ் நடைபெற்றது,' என்று எழுதியுள்ளார்.

ஆனால், இதில் நகைப்புக்குரிய செய்தி என்னவென்றால் 1917ல் இரட்டைமலை சீனிவாசன் அவர்கள் இந்தியாவிலேயே இல்லை. 1996ல் வெளிவந்த நாவலர் நெடுஞ்செழியன் அவர்கள் எழுதிய நூலில்தான் இந்த வரலாற்றுப் பிழை என்றால், இரட்டைமலை சீனிவாசன் அவர்களைப் பற்றி பல புத்தகங்கள் வெளிவந்த பின்னரும் கூட 2007ல் வெளிவந்துள்ள கே.ஜி.இராதாமணாளன் என்பவர் எழுதிய 'திராவிட இயக்க வரலாறு' என்ற நூலிலும் 'தாழ்த்தப்பட்ட மக்களின் பெரும் தலைவர் இரட்டைமலை சீனிவாசன் கூட்டத்துக்குத் தலைமை வகித்தார்,' என்று எழுதியிருக்கிறார்.

ஆனால், உண்மையில் அக்கூட்டத்தில் கலந்து கொண்டவர் எம்.சி.ராஜா அவர்கள்தான்.

திராவிட இயக்கம் தலித்துகளுக்கு எதிரானதா? என்ற புத்தகத்தில் க.திருநாவுக்கரசு அவர்கள் திருமாவளவன் அவர்கள் சொல்லியுள்ள ஒரு கருத்தைக் குறிப்பிட்டு அதற்கு பதில் சொல்லியுள்ளார்.

திருமாவளவன் கூற்று: 1928இல் தமிழகச் சட்டமன்றத்தில் இரட்டை மலை சீனிவாசன் அவர்கள் எம்.எல்.சி.யாக இருந்தபோது பேசியிருக்கிறார்.

பதில் : 'புதிய பார்வை' செய்தியாளர் திருமாவளவனைப் பார்த்து, 1928ஆம் ஆண்டு தமிழகச் சட்டமன்றத்தில் இரட்டைமலை சீனிவாசன் பேசியிருப்பதைப் பற்றிக் கேட்கிறார். அதற்குத் திருமாவளன் 'அவர் எம்.எல்.சியாக இருந்தபோது பேசியிருக்கிறார்...'

- என விடையைத் தொடங்குகிறார். அவர் அப்படிப் பதிலைத் தொடங்குவதிலிருந்து 'சட்டமன்ற மேலவை' ஒன்று இயங்கி வந்ததாகப் பொருளாகிறது. ஆனால், 1928ஆம் ஆண்டுகளில் 'சட்டமன்ற மேலவை' என்று ஒன்று இல்லை.

ஆ.பத்மநாபன் ஐ.ஏ.எஸ்., அவர்கள் தாம் எழுதிய 'தலித்துகளின் இன்றைய நிலைமை' எனும் புத்தகத்தில் பக்கம் 216-ல் பின் இணைப்பில் இரண்டாவது வகுப்புவாரி ஆணை நிறைவேற்றியது குறித்து எழுதுகிறபோது 'சட்டமன்ற மேலவை' என்றே அவரும் குறிப்பிடுகிறார்.

1919ஆம் ஆண்டு கொண்டு வரப்பட்ட அரசியல் சீர்திருத்தச் சட்டப்படி 'இரட்டை ஆட்சி முறை' முதன்முறையாக இந்தியாவில் பிரிட்டிஷ் ஆட்சிக்குட்பட்ட பகுதிகளில் நடைமுறைப்படுத்தப் படுகிறது. 'இரட்டை ஆட்சிமுறை' என்பது பிரிட்டிஷ் அரசு இராணுவம், நிதி, போலீஸ் ஆகிய முக்கியத் துறைகளை வைத்துக் கொண்டு கல்வி, பொது சுகாதாரம், உள்ளாட்சி போன்ற துறைகளை 'இந்தியர்களுக்கு' ஆள வழங்கியதைக் குறிக்கும். இவ்வாட்சி முறையைச் செயல்படுத்த உருவாக்கப்பட்ட அப்போதைய மன்றத்துக்குப் பெயர் Legislative Council. அதன் உறுப்பினர்களை Member of Legislative Council என்றே அழைத்தனர். இதுவே அப்போதைய சட்டசபையாக இருந்தது. 1937ஆம் ஆண்டு தேர்தல் வரும் வரையும் சட்டமன்ற மேலவை என்று ஒன்று அமைக்கப்பட வில்லை. 1935ஆம் ஆண்டு உருவாக்கப்பட்ட அரசியல் சட்டப்படி தான் மாநிலச் சட்டமன்றங்களில் கீழ்ச்சபை (Legislative Assembly) என்றும், சட்டமன்ற மேலவை Legislative Council என்றும் உருவாக்கப்பட்டது.

இரட்டைமலை சீனிவாசன் அவர்கள் 1928 ஆம் ஆண்டு இருந்த அமைப்பின்படி சட்டமன்ற உறுப்பினராகத்தான் இருந்தார். அவர்

'மேலவை உறுப்பினராக' இல்லை என்பதை இந்த இடத்தில் தெரியப்படுத்திக்கொள்ள விரும்புகிறோம்.

இவ்வாறு க.திருநாவுக்கரசு கூறியிருக்கிறார்.

திருமாவளவன் அவர்களுக்கு பதில் என்ற பெயரில் வரலாற்றையே மாற்றி எழுதியிருக்கிறார் க.திருநாவுக்கரசு.

முதன்முதலில் உருவானது மேலவையா பேரவையா?

மேலவைதான்.

இதோ அந்த வரலாறு....

1861 ஆம் ஆண்டு இந்திய மேலவைகள் சட்டத்தின்படி அமைக்கப்படவிருக்கும் மேலவைக்கு, சென்னை அரசாங்கம் 'சென்னை சட்டமன்ற மேலவை' என்ற சொற்றொடருடன் கடிதம் ஒன்றினை (Letter No-1444 dated 23.11.1861) மத்திய அரசுக்கு எழுதியபோது அதைப் பார்த்த மத்திய அரசு அச்சொற்றொடருக்குத் தனது எதிர்ப்பினைத் தெரிவித்தது. அதற்குக் காரணம், சென்னை சட்டமன்ற மேலவை, ஆளுநரின் நிர்வாக சபைக்கு மாறுபட்ட அவை அல்ல. எனவே, அதற்கு ஆளுநரின் மேலவை, செயின்ட் ஜார்ஜ் கோட்டை ஆளுநரின் மேலவை என்று மட்டுமே பெயர் வைக்கலாம். இப்படித்தான் கவர்னர் ஜெனரல் மேலவைக்கு பெயர் சூட்டும்படி அரசுச் செயலாளர் கருத்துத் தெரிவித்துள்ளார்.

அமையப்படவிருக்கும் மேலவை, நிர்வாக சபையிலிருந்து தனித்து இயங்கும் அவையல்ல என்றும் மத்திய அரசு எடுத்துக் கூறியது. இதற்கு மூல காரணம் 1853ஆம் ஆண்டு சட்டப்படி அமைக்கப்பட்ட டல்ஹவுசியின் தலைமையில் இயங்கிய மேலவையும், பின்னர் அமைந்த கானிங் அவர்கள் மேலவையும்தான். அந்த அவை தன்னாதிக்கத்தையும், தனித்தன்மையையும் வெளியிட்டு பல காரியங்கள் நடத்தியதைக் கருத்தில் கொண்டு, அந்தக் காலகட்டத்தில் மத்திய அரசுக்கும், அரசுச் செயலாளருக்கும் ஏற்பட்ட சங்கடத்தின் விளைவாக சென்னை சட்டமன்ற மேலவை என்று பெயர் வைக்கும் நேரத்தில் மத்திய அரசு எதிர்ப்பு தெரிவித்தது.

மேலும், சென்னை ஆளுநராக இருந்த டென்னிசன் மாகாணங்களுக்கு என்று மேலவை தோற்றுவிக்கப்பட்டதற்கும், மேலவையில் இந்தியர்களுக்கும் இடம் அளிக்கப்பட்டதற்கும் தனது எதிர்ப்பினைத் தெரிவித்து வந்தவர். எனவே, மத்திய அரசு தெரிவித்த கருத்தினை ஏற்றுக்கொண்டு கல்கத்தாவில் உள்ளதுபோல 'சட்டம் இயற்றுவதற்காக அமைக்கப்பட்ட கவர்னர் ஜெனரல் மேலவை' என்பதைப் போன்று சென்னையிலும்

‘சட்டம் இயற்றுவதற்காக என்று அமைக்கப்பட்ட செயின்ட் ஜார்ஜ் கோட்டை ஆளுநரின் மேலவை’ என்றே அழைக்கப்படலாமென்று முடிவு செய்யப்பட்டது.

அதற்குத்தக மேலவை விதிகள் உருவாக்கப்பட்ட நேரத்தில் முதல் விதியிலேயே ‘மேலவை’ என்றால் ‘சட்டம் அல்லது ஒழுங்கு முறைகள் இயற்றுவதற்காக அமைக்கப்பட்ட செயின்ட் ஜார்ஜ் கோட்டை ஆளுநரின் மேலவை’ என்று குறிக்கப்பட்டது.

மேற்குறிப்பிட்ட பெயரே அவைக்குறிப்புகளிலும் அரசு ஆவணங் களிலும் அந்நாளில் இடம் பெற்று 1920 ஆம் ஆண்டு வரை நடை முறையில் இருந்து வந்தது. மாண்டேகு செம்ஸ்போர்ட் சீர்திருத்தச் சட்டத்தின் கீழ் பிரதிநிதித்துவ அரசு பொறுப்பு ஏற்றுக்கொண்ட பிறகு, 1921ஆம் ஆண்டு அமைக்கப்பட்ட மேலவை ‘சென்னை சட்டமன்ற மேலவை’ என்று அழைக்கப்பட்டது. அப்போது இயற்றப்பட்ட மேலவை விதிகளுக்கு ‘சென்னை சட்டமன்ற மேலவை விதிகள்’ என்றே பெயர் சூட்டப்பட்டது.

பேரவையின் தோற்றம்

1935ஆம் ஆண்டு சட்டம் சென்னையில் இரு அவைகள் ஏற்பட வழிவகை செய்தது. பேரவை, மேலவை என்று அவற்றுக்குப் பெயர் சூட்டப்பட்டன. இந்தச் சட்டம் 1.4.1937 முதல் அமலுக்கு வந்தது. மேலவை இரண்டாவது அவை எனவும் அழைக்கப்பட்டது. ஒருதாய்க்கு இரட்டைக் குழந்தைகள் பிறக்குமாயின், இரண்டாவது பிறக்கும் குழந்தைதான் தாயின் வயிற்றில் முதலில் கருவுற்றது என்பது மருத்துவ விஞ்ஞானப்படிக் கண்டுபிடிக்கப்பட்ட உண்மையாகும். அந்த அடிப்படையில்தான் முதன்முதலாக உருவான மேலவையை இரண்டாவது அவை (Second Chambers) என்று அழைக்கத் தலைப் பட்டனர்போலும்!

❖❖❖

தாழ்த்தப்பட்டவர்களின் வரலாற்றை ஆராயாமல் எப்படி வேண்டு மானாலும் எழுதலாம் - யார் பெயரையும் மாற்றி வரலாற்றையே மாற்றி அழித்து எழுதலாம் - நம்மை யாரும் கேள்வி கேட்க முடியாது என்கிற எண்ணம் பிராமணர்களுக்கு மட்டுமல்ல பிராமணரல்லாத இந்த உயர்சாதி இந்துக்களுக்கும் உண்டு என்பது இதன் மூலம் நமக்குத் தெளிவாகிறது.

8
தாழ்த்தப்பட்டவர்களுக்கு 'ஆதிதிராவிடர்' என்ற பெயர் வந்தது யாரால்?

அன்று முதல் இன்று வரை தாழ்த்தப்பட்டவர்கள் பயன்படுத்தும் 'ஆதிதிராவிடர்' என்ற வார்த்தைக்குச் சொந்தம் கொண்டாடுகிறார்கள் நீதிக்கட்சியினர். நீதிக்கட்சியினர்தான் தாழ்த்தப்பட்டவர்களுக்கு ஆதிதிராவிடர் என்ற பெயரை வைத்தார்கள் என்றெல்லாம் கதை விட்டுக்கொண்டிருக்கிறார்கள்.

இதோ இந்த திராவிட இயக்க எழுத்தாளர்கள் எழுதுகிறார்கள்:

'திராவிடர்' என்ற சொல்லை முதன்முதலில் அமைப்புரீதியாகப் பயன் படுத்தியவர் டாக்டர். சி. நடேசனார் ஆவார். இவர்தான் 'திராவிடர் சங்கம்' என்கிற அமைப்பை 1912இல் தொடங்கினார். இதிலிருந்துதான் திராவிடர் இயக்கத்தின் வரலாறு தொடங்குகிறது. (திராவிடர் இயக்கச் சாதனைகள் - ப-3)

திராவிடர் சங்கம் என்ற அமைப்பை நடத்தி வந்த டாக்டர் சி.நடேசனார் நீதிக்கட்சி அரசுக்கு ஒரு விண்ணப்பத்தின் மூலமாக ஒரு வேண்டு கோளில் 'பறையர்', 'பஞ்சமர்' என்ற சாதிப் பெயர்களை நீக்கிவிட்டு, அவர்களது வரலாற்றுக்குரிய சிறப்புப் பெயரான 'ஆதிதிராவிடர்' என்று அழைக்கப்படவேண்டும் என்ற கோரிக்கையை விடுத்தார். இக்கோரிக்கை ஏற்கப்பட்டு 1922-ஆம் ஆண்டு மார்ச் திங்கள் 25ம்நாள் பெயர் மாற்றத்துக்கு ஆணை பிறப்பிக்கப்பட்டது. (திராவிடர் இயக்கச் சாதனைகள் - ப-5)

பஞ்சமர் - பறையர் என்று உழைக்கும் மக்களை அழைக்கும் போக்கை மாற்றவேண்டும் என்ற குரலை முதன்முதலில் டாக்டர் சி.நடேசன் அவர்கள் எதிரொலிக்கச் செய்தார். இவரே வரலாற்றுப்பூர்வமாக இந்த

மக்களுக்குரிய பெயரான 'ஆதிதிராவிடர்' என்னும் பெயரையும் கண்டுபிடித்து இந்தப் பெயரால் இந்த மக்கள் அழைக்கப்படவேண்டும் என்று ஒரு கோரிக்கையை அரசுக்கு வைத்தார். திராவிட இன மக்களின் ஒருங்கிணைந்த திராவிடர் சங்கத்தின் மூலவரான நடேசனாரின் குரலை நீதிக்கட்சி ஏற்றுக்கொண்டு 1921ல் இம்மக்கள் எவ்வளவு பேர் (சென்னை மாகாணத்தில்) வாழ்கிறார்கள் என்பதைக் கவனத்தில் கொண்டு பஞ்சமர்-பறையர் என்ற சொல் இம்மக்களுக்கு இழிவுதரும் சொல். ஆகவே, இம்மக்களை இனி 'ஆதிதிராவிடர்கள்' என்று அழைக்கவேண்டும் என்று 1922 மார்ச் 25ம் தேதி ஒரு பெயர் மாற்ற உத்தரவைப் பிறப்பித்தது. (தமிழர் சமூக விடுதலை இயக்கம், பொதிகைத் தமிழரசன்)

ஆனால், 'திராவிடர்' என்ற சொல்லை முதன்முதலில் அமைப்பு ரீதியாகப் பயன்படுத்தியவர்கள் தாழ்த்தப்பட்டவர்கள்தான். 'திராவிடர் கழகம்' என்ற அமைப்பை 1892ல் உருவாக்கியவர்களும் தாழ்த்தப் பட்டவர்கள்தான்.

தமிழகத்தில் பஞ்சமர், பறையர், தீண்டப்படாதவர் என்கிற சொற்கள் வழங்கிய நிலையில் 'ஆதிதிராவிடர்' என்ற சொல்லையே உபயோகிக்க வேண்டும் என்று விரும்பியவர்கள் ஆதிதிராவிடர்கள்.

பல ஆண்டுகாலமாகவே அப்படித்தான் தங்களை அழைத்துக்கொண்டு வந்தனர். தாங்கள் ஆரம்பித்த அமைப்புகளுக்கும் அப்படியே பெயரிட்டு வந்தனர்.

வைரக்கண் வேலாயுதம்பிள்ளை, மதுரைப்பிள்ளை, க.அயோத்திதாசர் மற்றும் பலர் இணைந்து உருவாக்கிய சபைக்கு ஆதிதிராவிடர் மகாஜன சபை (1890) என்று பெயர்.

யாழ்ப்பாணத்திலிருந்து 1907ல் வெளியான பத்திரிக்கையின் பெயர் ஆதிதிராவிட மித்திரன்.

1919ல் கொழும்பு -இலங்கையில் இருந்து வெளியான மற்றொரு இதழுக்கு 'ஆதிதிராவிடன்' என்ற பெயரே வைக்கப்பட்டது.

1917இல் இந்தியாவில் அரசியல் சீர்திருத்த விஷயமாக சென்னைக்கு வந்த செம்ஸ்போர்ட் பிரபு, மாண்டேகு பிரபுவிடம் 'ஆதிதிராவிடர்' எனும் பெயரைப் பற்றியும், ஆதிதிராவிடர்களின் முன்னேற்றத்தைப் பற்றியும் நடவடிக்கை எடுக்குமாறு ஒரு விண்ணப்பம் தயாரித்து திரு. பி.வி.சுப்பிரமணிய பிள்ளை, திரு.வி.முக்குந்துபிள்ளை, திரு.எம். சி.ராஜா, திரு.டி.ஓங்காரம், திரு.எம்.சண்முகம்பிள்ளை, திருமதி. திருப்புகழ் அம்மாள், திரு.கே.முனுசாமி பிள்ளை, திரு.வி.இராஜ ரத்தினம்பிள்ளை, திரு.வி.பி.வாசுதேவப்பிள்ளை, திரு.வி.பி.வேணு

கோபால்பிள்ளை ஆகியோர் கையொப்பமிட்ட விண்ணப்பம் மாண்டேகு பிரபுவிடம் சமர்ப்பிக்கப்பட்டது. (ஆதிதிராவிடர் வரலாறு, 1922, திரிசிராபுரம் ஆ.பெருமாள்பிள்ளை)

ஆதிதிராவிட மகாஜனசபை 1918ல் சென்னை மாகாண அரசுக்குக் கொடுத்த கோரிக்கையிலே மக்கள் கணக்கெடுப்பிலும் அரசு தஸ்தாவேஜுகளிலும் 'பறையர் - பஞ்சமர்' என்னும் பெயர்களுக்கு பதிலாக 'ஆதித்திராவிடர்' என்னும் பெயர் சேர்க்கப்பட வேண்டும் என்று வற்புறுத்தப்பட்டது. ஆனால் அப்போதைய சென்சஸ் அதிகாரி திரு.ஈட்ஸ் இதனை ஏற்கவில்லை. ஆனால் ஆதித்திராவிடர் மகாசபை பெயர் மாற்றக் கோரிக்கையிலே பிடிவாதம் காட்டியது. தாழ்த்தப்பட்ட சாதி மக்கள் மத்தியிலே பொதுக்கூட்டங்கள் போட்டு, தனது கோரிக்கைக்கு அவர்களுடைய ஆதரவைத் திரட்டியது.

ஆதித்திராவிட மகாஜன சபையின் கோரிக்கையை ஏற்குமாறு அரசினருக்குப் பரிந்துரை வழங்கும் தீர்மானம் ஒன்றைதான் சி.நடேச முதலியார் சென்னை மாநகராட்சிக் கூட்டம் ஒன்றிலே முன்மொழிந்தாரே தவிர நீதிக்கட்சியினரே முன்வந்து இதை செய்யவில்லை.

ஆனால் திராவிட இயக்க எழுத்தாளர்கள் சொல்வதென்ன? சி. நடேச முதலியாரே ஆதிதிராவிடர் என்ற பெயரைக் கண்டுபிடித்ததுபோல எழுதுகிறார்கள். இப்படியாக திராவிட இயக்க எழுத்தாளர்கள் தங்கள் பேனாக்களில் மைக்குப் பதிலாக பொய்யையே ஊற்றி எழுதுகிறார்கள்.

1921ஆம் ஆண்டுக்குரிய சென்சஸ் தயாரிக்கப்பட்டபோது, தமிழ் நாட்டளவில் பரவலாக சுமார் 15,025 பேர் தங்களை ஆதித்திராவிடர்கள் என்று சொல்லிக்கொண்டு, அது குடிமதிப்பீட்டுக் கணக்கேட்டில் ஏறும்படிச் செய்தனர்.

சட்டமன்றக் கூட்டமொன்றில் 1922 சனவரி 20ல் ஆதிதிராவிடர் எனும் பெயரை அரசாணையில் குறிப்பிடவேண்டும் எனும் தீர்மானத்தை எம்.சி.ராஜா முன்மொழிந்தார். ராவ்பகதூர் திரு.நம்பெருமாள் செட்டியார் வழிமொழிந்தார். சட்டமன்ற உறுப்பினரான எம்.சி. மதுரைப்பிள்ளை ஆதரித்துப் பேசினார்.

தீர்மானம் நிறைவேறியது. அந்த ஆண்டு மார்ச் 22ஆம் தேதி அப்பெயரை அங்கீகரித்து அரசு உத்தரவிட்டது. (G.O. 817, Law (General) March 25, 1922)

௭

பச்சையப்பன் கல்லூரியில் ஆதிதிராவிடரை அனுமதித்ததற்கு காரணம் யார்?

பச்சையப்பன் கல்லூரியில் தாழ்த்தப்பட்டவர்களைச் சேர்க்கப் போராடி வெற்றி பெற்றது நீதிக்கட்சி ஆட்சியின் சாதனை என்று திராவிட இயக்க எழுத்தாளர்கள் எழுதுகிறார்கள். தாழ்த்தப்பட்டவர்கள் தாங்களே போராடி பெற்ற உரிமைகளை நீதிக்கட்சியினருக்குத் தாரை வார்ப்பதில் எத்தனை வெறித்தனம் இவர்களுக்கு?

இந்த வரலாற்றையும் சற்று ஆராய்வோம்.

பார்ப்பன ஆசிரியர்கள் எவ்வளவு வகுப்பு வெறுப்பைக் கக்குகிறார்கள் என்பதை சர் தியாகராயர் தமக்கேற்பட்ட ஓர் அனுபவத்தின் மூலம் விளக்கிக் கூறினார். 1917 டிசம்பர் 23ஆம் நாள் நடைபெற்ற நீதிக்கட்சியின் மாகாண மாநாட்டில் பேசுகையில் அந்த நிகழ்ச்சியைப் பற்றிக் குறிப்பிட்டார்.

‘‘நான் பச்சையப்பன் அறக்கட்டளைக்கு நிர்வாகக் குழுத் தலைவராக இருந்த நேரம். எனது சமீன்தார் நண்பர் ஒருவர், தனது பிள்ளைக்குக் கல்லூரியில் படிக்க இடம் வேண்டுமென்று கடிதம் எழுதி, என்னைச் சிபாரிசு செய்யும்படிக் கேட்டிருந்தார்.

பார்ப்பனரல்லாத மாணவர்கள் இப்போதுதான் படிக்க ஆரம்பித்து இருக்கிறார்கள். அதனால் அந்த மாணவருக்கு எப்படியும் ஒரு இடம் தர வேண்டும் என்று கடிதம் எழுதிப் பச்சையப்பன் கல்லூரித் தலைமையாசிரியருக்கு அனுப்பி வைத்தேன். கல்லூரியில் எந்த இடமும் காலி இல்லை என்று குறிப்பிட்டு எனக்குப் பதில் வந்தது. அதற்குப் பின்னர் சில பார்ப்பன மாணவர்களுக்கு இடம் அளித்ததை நான் அறிந்தேன்.

இந்தச் சம்பவம் என்னை எவ்வளவு வேதனையில் ஆழ்த்தியிருக்கும்? பொதுவாக நான் நிர்வாகத்தில் தலையிடுவதில்லை. அப்படித்

தலையிடுவது தவறு என்றும் கருதி வந்தேன். இந்தச் சம்பவத்துக்குப் பிறகு, மாணவர்களைக் கல்லூரியில் சேர்க்கும் விஷயத்தில் நான் கண்டிப்பான விதிமுறைகளை வகுத்தேன். என் அனுமதியின்றி, எந்த மாணவனையும் கல்லூரியில் சேர்க்கக்கூடாது என்று உத்தரவு போட்டேன்!'' இவ்வாறு தியாகராயர் உணர்ச்சிப் பெருக்கோடு பேசினார். (திராவிட இயக்க வரலாறு, கே.ஜி.மணவாளன், பக்.89-90)

1926ஆம் ஆண்டு வரை தாழ்த்தப்பட்டவர்களுக்கு பச்சையப்பன் கல்லூரியில் அனுமதியில்லை என்ற நிலை இருந்தது.

இதை அப்போதே ரெட்டைமலை சீனிவாசனாரும் குறிப்பிட்டிருக்கிறார்.

ரெட்டைமலை சீனிவாசனார் தம் ஜீவிய சுருக்கம் என்ற நூலில் கூறுகிறார்:

''ஆங்கிலேயர்கள் மட்டுமே கலந்துகொண்டு வெற்றி பெறுகிற வகையில் சிவில் சர்வீஸ் தேர்வுகள் லண்டனில் நடைபெற்றுக் கொண்டிருந்த காலத்தில், அந்த தேர்வு இந்தியாவிலும் நடைபெற வேண்டும் என பிரிட்டிஷ் பார்லிமென்டில் காங்கிரஸ் ஒரு மசோதா சமர்ப்பித்தது.

பறையர் மகாஜன சபையார் சென்னை வெஸ்லியன் மிஷன் காலேஜ் ஹாலில் 1893ஆம் ஆண்டு டிசம்பர் 23ஆம் தேதி ஒரு பெருங்கூட்டம் கூடி அந்த மசோதாவை எதிர் மறுத்து 112 அடி நீளமுள்ள ஒரு மனுவில் 3412 கையொப்பங்கள் சேகரித்து ஜெனரல் சர் ஜார்ஜ் செஸ்னி (General Sir Geo.Chesney) என்னும் பார்லிமெண்ட் மெம்பரிடம் சமர்ப்பித்தார்கள்.

அந்த மனுவில்,

வெளி ஜில்லாக்களின் நாட்டுப்புறங்களில் ஜாதி வித்தியாசம் கட்டுப் பாடு இன்னும் முதன்மை பெற்று கொடுமையாய் நடக்கிறது. அறிவீன மான நாட்டுப்புறவாசிகள் தான் இப்படி நடந்து வருகிறார்களென்று எல்லோருக்கும் தெரிந்திருக்கிறது மல்லாமல் இந்த ராஜதானியின் தலைநகரமாகிய சென்னையிலுள்ள பச்சையப்பன் கலாசாலை என்னும் சிரேஷ்ட வித்தியாசாலையிலும் பறையர், பறையர் பிள்ளைகளைச் சேர்க்கப்படாதென்று கட்டோடே விலக்கியிருக்கிறதும்....''

- என்று பச்சையப்பன் காலேஜில் ஆதிதிராவிடரைச் சேர்ப்பதில்லை என்பதையும் குறிப்பிட்டிருக்கிறார். இதை அப்போதே அறிஞர் அயோத்திதாசர் குறிப்பிட்டுக் கண்டித்திருக்கிறார்.

மகாகனந்தங்கிய பச்சையப்பன் என்பவரின் பொதுச்சொத்துக்கு மேற்பார்வை உடையோராய் நியமிக்கப் பெற்ற சாதியாசார முடையோர் அதே பச்சையப்பன் காலேஜில் கைத்தொழிற்சாலையை

ஏற்படுத்தி சாதியாசாரமுள்ளவர்களை மட்டிலும் அச்சாலையில் சேர்க்கப்படும். சாதியாசாரமில்லாதவர்களை அவற்றுள் சேர்ப்ப தில்லை என்று பயிரங்க விளம்பரம் வெளியிட்டிருக்கிறார்கள். (தமிழன், சனவரி 6, 1909)

1917ல் பிராமணரல்லாத மாணவர்களை சேர்க்கச் சொன்ன நீதிக்கட்சியின் தலைவரான தியாகராயர் ஏன் தாழ்த்தப்பட்டவர்களை சேர்க்கச் சொல்லவில்லை? என்ற கேள்வி இயற்கையாகவே எழுகிறது.

இதில் வேடிக்கை என்னவென்றால் 1921ல் தியாகராயருக்கு இது சம்பந்தமாக சட்டமன்றத்தில் கோரிக்கை வைத்தும் அவர் எந்தவித நடவடிக்கையும் எடுக்கவில்லை.

4.8.1921ல் சட்டமன்றத்தில் சௌந்தரபாண்டிய நாடார் கொண்டுவந்த தீர்மானத்தை ஆதரித்து முகமது உஸ்மான் சாகிபு தனது இஸ்லாமிய சகோதரர்களைக் கூடப் பள்ளிகளிலும், கல்லூரிகளிலும் சேர்த்துக் கொள்ளப்படவில்லை என்று கூறி, அவர் மேற்கொண்டு ஒரு கோரிக்கையை வைத்தார்.

''....இந்த மாநகரத்திலுள்ள பெரிய இந்து நிலையமாகிய பச்சையப்பன் கல்லூரி நான் சார்ந்துள்ள சமுதாயத்தினர்க்குத் திறக்கப்படுவதில்லை. இந்தச் சமயத்தில் இங்குள்ள மதிப்புக்குரிய நண்பர்கள் சர்.பி.தியா கராயச் செட்டியார், திரு.ஓ.தணிகாசலம் செட்டியார் ஆகிய அக்கல்வி நிலையத்தின் அறங்காவலர்களை ஒரு தாராள மனப்பான்மை மேற்கொண்டு எல்லா சமுதாயத்தாரையும் சேர்த்துக் கொள்ள வேண்டு மென்று இங்கு வற்புறுத்த விரும்புகின்றேன்.''

இந்தக் கோரிக்கைக்குப் பிறகாவது நீதிக்கட்சியின் தலைவர் பச்சையப்பன் கல்லூரியில் தாழ்த்தப்பட்டவர்களைச் சேர்ப்பதற்கு நடவடிக்கை எடுத்திருக்கலாம். ஆனால் அப்படி எதுவும் செய்யவில்லை.

இதுதான் நீதிக்கட்சி தாழ்த்தப்பட்டவர்களுக்குப் போட்ட பட்டை நாமம். ஆனாலும் தாழ்த்தப்பட்டவர்களின் தலைவர்கள் தொடர்ந்து அதற்காகப் போராடினார்கள். இரட்டைமலை சீனிவாசனார் எழுதிய தன்னுடைய ஜீவிய சரிதத்தில் இவ்வாறு கூறுகிறார் :

''ஜாதி இந்துக்கள் ஸ்தாபித்திருக்கும் 'பச்சையப்பன்' கலாசாலையில் பிள்ளைகளைச் சில காலத்துக்குப் பிறகு சேர்க்கவும் இம்மனுவே காரணம்.''

பச்சையப்பன் கல்லூரியில் எம்.சி.ராஜா, இரட்டைமலை சீனிவாசன் அவர்களின் தொடர்முயற்சியால் 21-11-1927ல் அனுமதி கிடைத்தது.

10

தாழ்த்தப்பட்டவர்கள் சாலைகளில் நடந்து போக ஆணையை பிறப்பித்தது யார்?

"ஆதிதிராவிடர், (பஞ்சமர்) பொதுத் தெருவிலும் அகலமான சாலைகளிலும் நடந்து போகலாமென்று முதன்முதலில் அதற்கென்றே தனித்த ஆணையை பிறப்பித்தது நீதிக்கட்சி," என்று க.திருநாவுக்கரசு நீதிக்கட்சியின் சாதனையை, களத்தில் நின்ற காவலர்கள் என்ற புத்தகத்தில் தெரிவித்துள்ளார்.

முழுக்க, முழுக்க நீதிக்கட்சியின் முயற்சிலேயே இப்படி ஒரு ஆணை கொண்டு வரப்பட்டதாகவே சொல்லப்படுகிறது.

ஆனால், முதன் முதலில் இதே தீர்மானத்தைக் கொண்டுவந்தபோது அதற்கு ஆதரவு தராமல் அந்த தீர்மானத்தைத் திரும்பப் பெற்றுக் கொள்ள செய்தனர் நீதிக்கட்சியினர். ஆனால், இதற்கான போராட்டத்தை ஆதிதிராவிடர்கள் ஏற்கனவே தொடங்கியிருந்தார்கள். ஆதிதிராவிடர்களின் இடைவிடாத போராட்டங்களும் முயற்சிகளும் தான் 1925ஆம் ஆண்டு இந்த ஆணை பிறப்பிக்கப்பட்டதற்கான காரணமாகும்.

1919ஆம் ஆண்டு சென்னை லெஜிஸ்லேட்டிவ் கவுன்சிலுக்கு அதில் உறுப்பினராக இருந்த பித்தாபுரம் மகாராஜா ஒரு தீர்மானம் அனுப்பி யிருந்தார். இத்தீர்மானத்தில் 'பொதுச்சாலைகள், பாதைகள், கிணறுகள், அரசு உதவி பெறும் எல்லா நிறுவனங்கள் இவற்றுக்குத் தாராளமாகத் தாழ்த்தப்பட்டவர்கள் செல்ல உரிய நடவடிக்கை எடுக்குமாறு கோரப்பட்டிருந்தது. ஆனால் இத்தீர்மானம் அவரால் முன்மொழியப்படவில்லை. அப்போது அதே மன்றத்தில்

உறுப்பினராயிருந்த எம்.சி.ராஜா இன்னொரு தீர்மானத்தை அனுப்பியிருந்தார்.

இத்தீர்மானத்தில் அவர் தாழ்த்தப்பட்டவர்கள் கிணறுகளையும், சத்திரங்களையும் பயன்படுத்துவதற்கு உள்ள தடைகளை விலக்க நகராட்சிகளும் பிற உள்ளாட்சி மன்றங்களும் கட்டாய நடவடிக்கை எடுக்கவேண்டும் என அரசு வற்புறுத்தவேண்டும் என்று கோரியிருந்தார். 20.1.1919 அன்று இத்தீர்மானத்தின் பேரில் விவாதம் நடைபெற்றது.

'சாதி அமைப்பால் விதிக்கப்பட்ட இத்தடையை நீக்கும் பொறுப்பு சமூக சீர்திருத்தவாதிகளிடையே இருக்கிறது. அரசாங்கத் தலையீடு தேவையா என்பது ஐயத்திற்குரியதே' என்று கூறித்தான் அத்தீர்மானம் நிறைவேற்றப்படவில்லை.

இந்த தீர்மானம் நிறைவேறாததுபோல, நீதிக்கட்சி ஆட்சியில், 4.8.1921ல் நியமன உறுப்பினர் சௌந்தரபாண்டிய நாடார் சட்ட மன்றத்தில் ஒரு தீர்மானத்தைக் கொண்டு வந்தார்.

'பொதுச்சாலைகள், பொதுச் சத்திரங்கள், கிணறுகள், பள்ளிகள் முதலிய வற்றை மக்கள் சாதி மதவேறுபாடின்றிப் பயன்படுத்துவதில் எவ்விதத் தடை செய்தாலும் தண்டனை அளிப்பதற்கான சட்டத்தை வெகுவிரைவில் கொண்டு வருமாறு அரசாங்கத்துக்கு இந்த கவுன்சில் சிபாரிசு செய்கிறது''

சௌந்தரபாண்டிய நாடார் கொண்டுவந்த இந்த தீர்மானத்தை எம்.சி.ராஜா ஆதரித்துப் பேசுகையில்,

''தலைவர் அவர்களே! என் மதிப்புக்குரிய நண்பர் திரு.சௌந்தர பாண்டிய நாடார் கொண்டுவந்துள்ள இத்தீர்மானத்தை ஆதரிப்பதற்கு நான் பெருமகிழ்ச்சி அடைகிறேன்.

மிகவும் பழைமை வாய்ந்த சமூகப் பழக்க வழக்க மரபாகிய திருமணத்தைப் பொறுத்தவரையில் சமுதாய முன்னேற்றம் சமுதாய விடுதலை இவற்றின் பாதையில் எழுப்பப்பட்டுள்ள தடைகளை மீறி இக்கவுன்சில் பேராண்மையுடன் நடக்க இயலும்போது, அதனைப் போன்றே பொதுக்கிணறுகள், பொதுக்கட்டடங்கள் முதலியவற்றைப் பயன்படுத்துவதில் நம்மிடையே உள்ள மனிதர்களிடையே தெளிவாக இடம் பெறச் செய்யப்பட்ட தடைகளைப்பற்றி இக்கவுன்சில் தெளிவான சொற்களால் தன் நேர்மையான சீற்றத்தைப் புலப்படுத்தும்.

இந்த இடங்களைப் பற்றிய வருணனையே ஒவ்வொருவருக்கும் அவற்றைப் பயன்படுத்த உரிமை உண்டு என்பதைக் காட்டுகின்றது. 'பொதுக்கிணறு', 'தனியார் கிணறு', என்பதற்கும் - 'பொதுச்சாலை', 'தனியார் சாலை' என்பதற்கும் இடையே உள்ள வேறுபாட்டுப் பண்பு என்ன? ஒன்றில் 'அத்துமீறுபவர் வழக்குத் தொடரப்படுவர்' என்று கூற

அதன் உரிமையாளர்க்கு உரிமை உண்டு. இன்னொன்றில் 'தடை செய்பவர் வழக்குத் தொடரப்படுவார்கள்' என்று கூறச் சமுதாயத்துக்கு உரிமை உண்டு. குடியுரிமைகளைப் பாதுகாப்பதற்கான குழுக்கள், சங்கங்கள் பற்றி நாம் பேசுகின்றோம். பொதுப்பணத்திலிருந்து கட்டப்பட்ட கிணறுகள், சாலைகள் முதலியவற்றைத் தனிப்பட்டவர்கள் பயன் படுத்துவது பற்றிய அடிப்படையான முதற்படியான உரிமைகளுக்கு முன்னால் இந்த உரிமைகள் எல்லாம் என்னாம்? சில வகுப்பினர் சமுதாயப் பொது அமைப்பைச் சாராதவர்கள் என்று சொன்னாலொழியப் பொதுப்பணத்தினால் அரசாங்கம் பராமரிக்கும் இடங்களைப் பயன் படுத்துவதில் ஏற்படும் தடைகளைப் பொறுத்துக் கொண்டிருப்பதில் பொருளே இல்லை. இந்தப் பிரச்னையில் என் வகுப்பினர் தான் மிகப் பேரளவில் துன்புறுபவர்கள். ஆதலின் இத்தீர்மானத்துக்கு என் பலத்த ஆதரவு உண்டு. எந்த ஒரு மனிதனையும், அவன் மனிதனுக்குக் கீழ்ப்பட்டவன் என்றும் அல்ல, அல்ல மிருகங்களுக்கு கீழ்ப்பட்டவன் என்றும் நடத்துவது மனிதத்தன்மையல்ல.'' என்று எம்.சி.ராஜா உரை ஆற்றினார்.

சட்டமன்றத்தின் முதலமைச்சர் திரு.ராமராய நிங்கார் (பனகல் அரசர், நீதிக்கட்சிச் சேர்ந்தவர்) கூறியதாவது, ''.... இத்தீர்மானம் பிரச்னையை மேலும் நடத்திச் சென்றுவிடாது என்றும் நான் அஞ்சுகின்றேன். முன்னர்ப் போலவே இப்போதும் இந்த மக்கள் பொதுக் கிணறுகளையும், சாலைகளையும், பள்ளிகளையும் பயன்படுத்துவ தற்கு எதிராக எந்தச் சட்டமும் தடை செய்யவில்லை.

பொதுச்சாலைகள், கிணறுகள் போன்றவற்றைப் பயன்படுத்து வதிலிருந்து தாழ்த்தப்பட்ட மக்களைத் தடை செய்வோர் பீனல் கோட் வரம்புக்கு உள்ளாவார்கள் என்று நான் நம்புகிறேன். பொதுச்சாலைகள் முதலியவற்றை இந்த மக்கள் பயன்படுத்துவதைத் தடுப்பதைத் தண்டிக்கப் புதிய சட்டம் நிறைவேற்றப்படுவது தேவையாகும் என்று தோன்றவில்லை. உண்மையான தடை, சமூகக் கொடுமையே.

இது சமுதாய சீர்திருத்தத்தினால் உடைக்கப்பட வேண்டும். ஸ்தல சுயாட்சித் துறையைப் பொறுத்தவரையில் மக்கள் சாலைகளையும் கிணறுகளையும் பள்ளிகளையும் பயன்படுத்துவதற்கு இந்த நகராட்சி களும் ஸ்தல ஸ்தாபனங்களும் ஊக்கமளிப்பதைப் பார்க்கப் பெரும் கவலையை அத்துறை எடுத்துக் கொண்டிருக்கிறது என்பதை இந்த நேரத்தில் இந்த அவையின் உறுப்பினர்களுக்குத் தெரிவித்துக் கொள்ளு கிறேன். ஐயா, இந்த உறுதிமொழியின் பேரில் தீர்மானத்தை முன் மொழிந்த என் நண்பர் தம் தீர்மானத்தை திரும்பப் பெற்றுக் கொள்வார் என்று நம்புகிறேன்.''

சௌந்தரபாண்டிய நாடார் தீர்மானத்தைத் திரும்பப் பெற்றுக் கொண்டார்.

அப்போது அவையில் இருந்த சர்.பி.தியாகராயர் இத்தீர்மானத்தைப் பற்றி எதுவும் கருத்துக் கூறவில்லை என்பது குறிப்பிடத்தக்கதாகும்.

தாழ்த்தப்பட்டவர்களுக்காகவே உழைத்தது நீதிக்கட்சிதான் என்றால் ஏன் இந்தத் தீர்மானத்தை நிறைவேற்றவில்லை?

தாழ்த்தப்பட்டவர்கள் பொதுச்சாலைகள் முதலியவற்றை பயன்படுத்து வதைத் தடுப்பதற்காக அப்போதே ஒரு கடுமையான சட்டத்தைக் கொண்டு வந்திருந்தால் தாழ்த்தப்பட்டவர்கள் மீதான வன்கொடுமைகள் சற்று தணிந்திருக்கும் அல்லவா?

அதேபோல் தாழ்த்தப்பட்ட வகுப்பு நியமன உறுப்பினர் ஆர்.வீரய்யன், பொதுச்சாலைகளில் எல்லா சாதியினரும் நடக்க அனுமதிக்க வேண்டும் என்ற தீர்மானத்தைக் கொண்டுவந்தார்.

இப்படியான தாழ்த்தப்பட்டோர் குரல்கள் தொடர்ந்து ஒலித்தமையால் தான் 1924ஆம் ஆண்டு மேலே கண்ட தீர்மானம் கொண்டுவரப்பட்டது.

25.9.1924 அன்று நியமன உறுப்பினரான ரெட்டைமலை ஆர்.சீனி வாசனார் சட்டமன்றத்தில் கீழ்க்கண்ட தீர்மானத்தை முன்மொழிந்தார்.

(ஆ) எந்த நகரிலோ, சிற்றூரிலோ எந்தப் பொதுச்சாலை அல்லது தெரு அல்லது பாதையில் எந்த வகுப்பு அல்லது எந்தச் சாதியைச் சேர்ந்தவரும் நடப்பதற்கு எவ்விதத் தடையும் இல்லை யென்பதையும்...

(ஆ) பொது அலுவலகம், கிணறு, குளம் அல்லது பொதுத் தங்குமிடம் இவற்றிடம் செல்லவோ, பொது அலுவல்கள் நிகழும் எவ்விடங்களுக்கும் கட்டிடங்களுக்கும் நாட்டிலுள்ள சாதி இந்துக்களின் பிரிவினர் எந்த மாதிரியும் எந்த அளவிலும் செல்கின்றார்களோ அவ்வாறு செல்வதற்குத் தாழ்த்தப்பட்ட சமுதாயங்களைச் சேர்ந்த எந்த நபருக்கும் தடையில்லை என்பதை அரசாங்கத்தின் கொள்கையாக உறுதியா ஏற்க வேண்டும் எனவும் இக்கவுன்சில் அரசாங்கத்துக்குச் சிபாரிசு செய்கிறது.

இத்தீர்மானம் அரசாங்கத்தால் ஏற்கப்பட்டு உள்ளாட்சி மன்றங் களுக்கும் துறைத்தலைவர்களுக்கும் தகவலுக்காகவும் நடைமுறைப் படுத்தப்படுவதற்காகவும் உள்ளாட்சித்துறைச் செயலர் பி.எல்.மூர் அவர்களால் அறிவிக்கப்பட்டது. (அரசு ஆணை எண்.2660, 25-9-1924)

11

முதன் முதலில் தாழ்த்தப்பட்ட சமுதாயத்தின் பிரதிநிதியை அமைச்சர் பதவியில் அமர்த்தியது யார்? ஏன்?

"முதன்முதலாகத் தாழ்த்தப்பட்ட சமுதாயத்தின் பிரதிநிதியை அமைச்சர் பதவியில் அமர்த்தியது நீதிக்கட்சி" என்று பெருமைப் பொங்க, 'களத்தில் நின்ற காவலர்கள்' என்ற நூலில் எழுதியிருக்கிறார் க.திருநாவுக்கரசு.

இதைப் படிப்பவருக்கு ஆஹா நீதிக்கட்சி உண்மையிலேயே தாழ்த்தப் பட்டவர்களின் நலனில் அக்கறை கொண்டிருந்தது என்றும் தாழ்த்தப் பட்டவர்களுக்கு முன்னுரிமை கொடுத்திருக்கிறது என்றும் நினைக்கத் தோன்றும்.

நீதிக்கட்சி எந்தச் சூழ்நிலையில், எப்போது தாழ்த்தப்பட்ட சமுதாயத்தின் பிரதிநிதியை அமைச்சர் பதவியில் அமர்த்தியது என்பதை மட்டும் வசதியாக மறைத்துவிடுகின்றனர். ஆகவே அந்த மறைக்கப்பட்ட வரலாற்றைத் தற்போது ஆராய்ந்து பார்க்கலாம்.

தாழ்த்தப்பட்ட பிரதிநிதியை அமைச்சராக்கும் சூழ்நிலை ஏன் வந்தது என்பதைத் தெரிந்து கொள்ள நீதிக்கட்சியின் ஆரம்பகால ஆட்சி முதல் தாழ்த்தப்பட்ட பிரதிநிதியை அமைச்சராக்கியதுவரையில் நடந்ததை நாம் ஆராயலாம்.

மாண்ட்போர்டு சீர்த்திருத்தத்தின் அடிப்படையில் முதல் பொதுத் தேர்தல் 1920ஆம் ஆண்டு நவம்பரில் நடைபெற்றது. அத்தேர்தலில் மொத்தம் இருந்த 98 தொகுதிகளில் 63 தொகுதிகளில் நீதிக்கட்சியினர் வெற்றி பெற்றனர்.

நீதிக்கட்சியின் முதல் அமைச்சரவை 17.12.1920ஆம் ஆண்டு பதவி யேற்றுக்கொண்டது. முதலமைச்சராக அகரம்.ஏ.சுப்பராயலு ரெட்டியாரும், அமைச்சர்களாக பி.இராமராயநிங்கார் (பனகல்ராஜா), கே.வி.ரெட்டி நாயுடுவும் பதவியேற்றுக் கொண்டனர்.

இதில் தாழ்த்தப்பட்ட பிரதிநிதி ஒருவரையும் அமைச்சராக்கவில்லை நீதிக்கட்சி.

இரண்டாவது பொதுத்தேர்தல் 1923ஆம் ஆண்டு 31ம்நாள் நடைபெற்றது. இத்தேர்தலின் முடிவுப்படி நீதிக்கட்சி மீண்டும் அமைச்சரவையை அமைக்கும் வாய்ப்பைப் பெற்றிருந்தாலும் பல இடங்களில் தோல்வியைச் சந்தித்திருந்தது. இருப்பினும் நீதிக்கட்சியே ஆட்சி அமைத்தது.

இரண்டாவது அமைச்சரவை 19.11.1923ல் பதவியேற்றுக்கொண்டது. முதலமைச்சராக பனகல் அரசரும், அமைச்சர்களாக ஏ.பி.பாத்ரோ, டி.என்.சிவஞானம்பிள்ளையும் பதவியேற்றுக் கொண்டனர்.

இதிலும் தாழ்த்தப்பட்ட பிரதிநிதி ஒருவரையும் அமைச்சராக்கவில்லை நீதிக்கட்சி.

நீதிக்கட்சியின் சரிவு இரண்டாவது தேர்தலிலேயே தெரிய ஆரம்பித்தது.

பார்ப்பனரல்லாதார்களுக்கு உரிமை பெற்றுத் தரவே ஆரம்பிக்கப்பட்ட கட்சி என்று குறிப்பிடப்படும் நீதிக்கட்சி இரண்டாவது பொதுத் தேர்தலிலேயே அதிகம் இடம் பெறாமல் இருந்ததற்கு பல காரணங்கள் சொல்லப்படுகின்றன.

1. நீதிக்கட்சியின் தலைவர்களிடையே ஒற்றுமையின்மை, சீர்குலைவு காணப்பட்டது.

2. நீதிக்கட்சியின் முன்னணித் தலைவர்களாக இருந்த டாக்டர் சி.நடேசமுதலியார், ஓ.கந்தசாமிப்பிள்ளை, எம்.சி.ராஜா போன்றோர், கட்சித் தலைமையின் நடவடிக்கைகள் முறையாக நடைபெறவில்லை என்று காரணங்காட்டிக் கடுமையாக எதிர்த்து வந்தனர். அதனால் கட்சியில் வலிமைக்குறைவு ஏற்பட்டது.

3. முதலாவதாக அமைந்த அமைச்சரவையில் இடம் பெற்றிருந்த மூவரும், தெலுங்கர்களாகவே அமைந்துவிட்டதால், அப்படிப் பட்ட நிலை தமிழகத் தலைவர்களிடையே பெரிதும் மனக்கசப்பை ஏற்படுத்தியிருந்தது.

4. நீதிக்கட்சித் தலைவர்களிடையே, தெலுங்கர் தமிழர் என்ற மாச்சரிய உணர்வு ஏற்பட்டிருந்ததானது கட்சியை ஓரளவுக்கு வலிமை குன்றச் செய்திருந்தது.

5. சரியான முறையில் பிரசாரம் செய்யப்படாமல் இருந்தது நீதிக்கட்சியின் தேர்தல் சரிவுக்கு ஏதுவாக அமைந்துவிட்டது.

டி.என்.சிவஞானம் பிள்ளையை அமைச்சரவையில் சேர்த்ததற்கு எதிர்ப்பாகச் சில காரணங்களைக் காட்டி டாக்டர் சி.நடேசமுதலியார், ஓ.தணிகாசலம் செட்டியார் மற்றும் சிலர் நீதிக்கட்சியின் தலைமை மீது குறை கூறினார்கள்.

நீதிக்கட்சியின் அமைச்சரவையைப் பொறுப்பிலிருந்து அகற்ற வேண்டும் என்ற காழ்ப்புணர்ச்சி எதிர்க்கட்சியினரிடையே ஏற்பட்டது. நீதிக்கட்சிக்குள்ளேயே இருந்து அவ்வப்போது தகராறுகள் செய்து கொண்டிருந்த சிலரும், அந்த உணர்வுக்கு ஆதரவாகச் செயல்பட்டனர்.

சர்.பி.தியாகராயரின் மறைவுக்குப் பின்னர், நீதிக்கட்சியைத் திறம்பட நடத்திச் செல்லும் தலைவர் யாரொருவரும் சரியாக அமையவில்லை. பனகல் அரசர்கூட ஆட்சியை நடத்திச் செல்லுவதில் வல்லமை பெற்றிருந்தாரேயல்லாமல், கட்சியைக் கட்டிக்காத்து வளர்ப்பதில் வெற்றிபெற முடியவில்லை. கருத்து வேறுபாடு கொண்டு நீதிக்கட்சியை விட்டுப் பிரிந்திருந்த டாக்டர் சி.நடேசமுதலியார் போன்றவர்களை மீண்டும் கட்சிக்குள் கொண்டுவர, பனகல் அரசர் மேற்கொண்ட முயற்சிகள் அனைத்தும் உருவான பலன் எதனையும் அளிக்கவில்லை.

நீதிக்கட்சியின் தலைவர்களில் பல பேர்கள் தங்கள் தங்களுக்கு என்று தனித்தனிப் போக்குகளை வகுத்துக்கொண்டு, தனித்தனியாகச் செயல் படத் தொடங்கினர். பனகல் அரசரால், நீதிக்கட்சியின் சரிவுநிலையை, ஓரளவுக்குத்தான் தடுத்துக் கட்டுப்பாட்டுக்குள் கொண்டு வர முடிந்ததே அல்லாமல், அந்த முயற்சியில், அவரால் முழுவெற்றி பெற முடியவில்லை.

1926ஆம் ஆண்டு நவர்பர் 8ஆம் நாளன்று, சட்டமன்றத்துக்கான பொதுத் தேர்தல் நடைபெற்றது. அந்தத் தேர்தலில், சுயராஜ்யக் கட்சியினர் 41 இடங்களையும், சுயேச்சைகள் 36 இடங்களையும், நீதிக்கட்சியினர் 21 இடங்களையும் வென்றனர். நீதிக்கட்சியின் சார்பாகப் போட்டியிட்ட பனகல் அரசர் மட்டும் வெற்றி பெற்றார். மற்றத் தலைவர்களான கே.வி. ரெட்டி நாயுடு, ஏ.இராமசாமி முதலியார், டாக்டர் சி.நடேச முதலியார், ஓ.தணிகாசலம் செட்டியார் போன்றவர்கள் தோல்வியுற்றனர்.

இந்தத் தேர்தல் மூலம் எந்த ஒரு அரசியல் கட்சிக்கும் ஆட்சியை அமைக்கக்கூடிய பெரும்பான்மை இல்லை.

எந்த ஒரு அரசியல் கட்சியும் ஆட்சி அமைக்க முன்வரமுடியாத நிலையில், ஆளுநர் கோஷன், அரசின் நியமன உறுப்பினர்களான 34 பேர்களுடைய ஆதரவைத் தருவதாக வாக்குறுதி தந்து, சுயேச்சையாக வெற்றிபெற்று வந்திருந்த டாக்டர் பி.சுப்பராயன் அவர்களை அழைத்து,

அமைச்சரவையை அமைக்குமாறு கேட்டுக்கொண்டார். டாக்டர் சுப்பராயன் அவர்கள் சுயேச்சை உறுப்பினர்கள் சிலரின் ஒத்துழைப் போடும் ஆளுநர் அளித்த வாக்குறுதியோடும் அமைச்சரவையை அமைக்க இசைந்தார். டாக்டர்.பி.சுப்பராயன் அவர்கள் முதலமைச் சராகவும் ஏ.அரங்கநாத முதலியார், ஆர்.என்.ஆரோக்கியசாமி முதலியார் ஆகியோர் அமைச்சர்களாகவும் தேர்ந்தெடுக்கப்பட்டனர்.

இந்தியாவில் இரட்டை ஆட்சிமுறையை ஆராய்ந்து பார்த்து, அறிக்கை ஒன்றினைத் தயாரிக்க வேண்டி, பிரிட்டிஷ் அரசு திரு ஜான் சைமன் என்பவரைத் தலைவராகக் கொண்ட ஆய்வுக்குழு ஒன்றினை 1927 நவம்பர் 8ஆம்நாள் அமைத்தது.

இக்குழுவில் இந்தியர்கள் யாரும் இல்லை என்ற காரணத்தால் சட்டமன்றம் சைமன் குழு நடவடிக்கைகளுக்கு எவ்வித ஒத்துழைப்போ, உதவியோ நல்கக் கூடாது என்ற தீர்மானத்தை சுயராஜ்யக் கட்சியைச் சேர்ந்த திரு.ஜி. ஹரி சர்வோத்தமராவ் என்பவர் கொண்டுவந்தார்.

நீதிக்கட்சியினர் தீர்மானத்துக்கு ஆதரவாக வாக்களித்தனர்.

முதலமைச்சர் டாக்டர் பி.சுப்பராயன் தீர்மானத்தை எதிர்த்து சைமன் குழுவுக்கு ஆதரவாக வாக்களித்தார். ஆனால் அவரது அமைச் சரவையில் இருந்த அமைச்சர்கள் ஏ.அரங்கநாதமுதலியார், ஆரோக்கிய சாமி முதலியார் ஆகிய இருவரும் சைமன் குழுவுக்கு எதிராகத் தீர்மானத்துக்கு ஆதரவாக வாக்களித்தனர்.

அமைச்சரவைக்குள்ளேயே கருத்துவேறுபாடுகள் ஏற்பட்டுவிட்ட நிலையை உணர்ந்த டாக்டர் பி.சுப்பராயன், தமது முதலமைச்சர் பதவியி லிருந்து விலகிக் கொள்ளத் தீர்மானித்துப் பதவி விலகல் கடிதத்தை ஆளுநரிடம் கொடுத்தார். அதன் காரணமாக மற்ற இரு அமைச்சர்களும் பதவிகளைத் தாமாகவே இழக்கும்படியான சூழ்நிலை ஏற்பட்டது.

ஆளுநர் கோஷன், டாக்டர் பி.சுப்பராயன் அவர்களின் அமைச் சரவையைப் புதுப்பிக்கக் கருதி, நீதிக்கட்சியின் தலைவரான பனகல் அரசரின் உதவியைப் பெரிதும் நாடினார். நீதிக்கட்சியினருக்கு மனநிறைவு ஏற்படச் செய்ய வேண்டி, ஆளுநர், நீதிக்கட்சியைச் சேர்ந்த எம்.கிருஷ்ண நாயரை நிர்வாக ஆலோசனை அவையில் சட்ட உறுப்பினராக நியமித்தார்.

அதன் காரணமாக பனகல் அரசர் டாக்டர் பி.சுப்பராயன் புதிய ஆட்சி அமைக்க ஆதரவு கொடுக்க முன்வந்தார். அவர் எஸ்.முத்தையா முதலியார், எம்.ஆர்.சேதுரத்தினம் அய்யர் ஆகிய இருவரையும் சுயராஜ்ய கட்சியிலிருந்து பிரித்து டாக்டர் சுப்பராயன் அமைச் சரவையில் இரு அமைச்சர்களாகப் பொறுப்பேற்கவைத்தார்.

(டாக்டர் பி.சுப்பராயன் அரசு நீதிக்கட்சி அரசு அல்ல என்பது குறிப்பிடத்தக்கது- டாக்டர் பி.சுப்பராயன் அரசை இங்கு குறிப் பிட்டதற்குக் காரணம் அந்த அமைச்சரவையிலும் தாழ்த்தப்பட்ட சமூக பிரதிநிதிகள் அமைச்சர்களாக யாரும் அமர்த்தப்படவில்லை என்பதைக் குறிப்பிடுவதற்காகவே)

1930ஆம் ஆண்டு நடைபெற்ற சட்டமன்றத்துக்கான பொதுத் தேர்தலில், நீதிக்கட்சி வென்று 1930 அக்டோபர் 27ஆம்நாள் அன்று நீதிக்கட்சியின் தலைவராக இருந்த பி.முனுசாமிநாயுடு முதலமைச்சராகவும் பிடி.இராசன், எஸ்.குமாரசாமி ரெட்டியார் ஆகிய இருவரும் அமைச்சர் களாகவும் பதவியேற்றனர்.

இதிலும் தாழ்த்தப்பட்ட சமூகப் பிரதிநிதி யாரையும் அமைச் சராக்கவில்லை நீதிக்கட்சி.

முதலமைச்சர் பி.முனுசாமி நாயுடு பிரச்னைகளைத் திறம்படத் தீர்ப்பதில் வல்லவராகத்தான் இருந்துவந்தார் என்றாலும், நீதிக்கட்சியி லிருந்த பெரும் ஜமீன்தார்களும், பணக்காரர்களும், முனுசாமி நாயுடு அமைச்சரவைக்கு எதிராக உட்பூசல்களைக் கிளப்பித் தொடர்ந்து தொல்லை தந்துகொண்டே இருந்தனர். அப்படிச் செய்வதில் பொப்பிலி அரசர், வெங்கட்டகிரி குமாரராஜா, எம்.ஏ.முத்தையா செட்டியார் போன்றவர்கள் முன்னிலையில் நின்றனர்.

1932ஆம் ஆண்டு அளவில் நீதிக்கட்சியின் சட்டமன்ற உறுப்பினர் களுக்கிடையே சில குழுக்கள் உருவாக, உட்கட்சிப் பூசல்கள் வளர்ந்து, பிளவுகளும் பிணக்குகளும் ஏற்பட்டுக் கட்சியின் கட்டுக்கோப்பு சிதைந்து காணப்பட்டது.

முனுசாமி நாயுடு அவர்களின் அமைச்சரவை மீது நம்பிக்கையில்லாத் தீர்மானம் ஒன்றினைக் கொண்டு வருவதற்கான சூழ்நிலை ஏற்பட்டது. காங்கிரஸ் மற்றும் சுயராஜ்யக் கட்சி உறுப்பினர்களைத் தூண்டிவிட்டு அப்படியொரு நெருக்கடியை உருவாக்கும் வேலையை நீதிக் கட்சிக்குள் பிளவை உண்டாக்கிக் கொண்டிருந்த குழுவினரே மறை முகமாகச் செய்தனர். நீதிக்கட்சிக்குள் நாடகக் காட்சிகளைப் போல, சில நிகழ்ச்சிகள் நடைபெற்றன. அமைச்சர்களாக இருந்த பிடி.ராஜனும், எஸ்.குமாரசாமி ரெட்டியாரும் திடீரென்று தமது அமைச்சர் பதவிகளி லிருந்து விலகிக் கொண்டனர். பி.முனுசாமி நாயுடு வேறுவழியில்லாமல் தமது முதலமைச்சர் பதவியிலிருந்து விலகினார்.

நீதிக்கட்சிக்குள் ஏற்பட்ட பதவிப்போட்டியில் வெற்றிபெற்ற பொப்பிலி அரசரின் தலைமையில் புதிய அமைச்சரவை அமைக்கப் பட்டது. 1932ஆம் ஆண்டு நவம்பர் 5ஆம்நாள் பொப்பிலி அரசர் முதலமைச்சராகவும், பிடி.இராஜன், எஸ்.குமாரசாமி ரெட்டியார்

ஆகியோர் அமைச்சர்களாகவும் நியமிக்கப்பட்டனர். இதிலும் தாழ்த்தப் பட்ட சமூகப் பிரதிநிதி யாரையும் அமைச்சராக்கவில்லை நீதிக்கட்சி.

பொப்பிலி அரசர் தலைமையின்கீழ்ப் புதிய அமைச்சரவை அமைந்ததே ஒழிய, நீதிக்கட்சியின் கட்டுக்கோப்பு நாளுக்குநாள் சீர்குலைய ஆரம்பித்தது. கட்சியைப் பழையபடி சரிப்படுத்த பொப்பிலி அரசர் மேற்கொண்ட முயற்சிகள் அனைத்தும் வீணாகின.

1934-ல் இந்திய மத்திய சட்டமன்றத்துக்கு நடைபெற்ற தேர்தலில், காங்கிரஸ் கட்சி பெருவாரியான இடங்களில் போட்டியிட்டுப் பெரும் வெற்றியைப் பெற்றது. நீதிக்கட்சி உட்கட்சிப் பூசலின் காரணமாக வலிவிழந்து காணப்பட்டதால், அது அந்தத் தேர்தலில் படுதோல்வியைச் சந்தித்தது.

அமைச்சர் எஸ்.குமாரசாமிரெட்டியார், 1936ஆம் ஆண்டில் உடல்நலக் குறைவின் காரணமாக அமைச்சர் பதவியைத் துறந்தார். அந்த அமைச்சர் பதவியில் செட்டிநாட்டுக் குமாரராசா எம்.ஏ.முத்தையா செட்டியார் நியமிக்கப்பட்டார். இதிலும் தாழ்த்தப்பட்ட சமூகப் பிரதிநிதி யாரையும் அமைச்சராக்கவில்லை நீதிக்கட்சி.

நீதிக்கட்சியைச் சேர்ந்த தலைவர்கள் பலரும், கட்சி வளர்ச்சியைப் பற்றியோ, கொள்கைக் குறிக்கோள்கள் மக்களிடையே பரவ வேண்டியதைப் பற்றியோ கவலைப்படவே இல்லை. நலத்திட்டங்கள் நிறைவேற்றுவதைப்பற்றியோ, பொதுமக்களின் அன்பையும், ஆதரவையும், பற்றையும், பரிவையும் பெறுவதைப்பற்றியோ சிறிதும் கவலைப்படவில்லை. தத்தமது பதவி உயர்வு பற்றியும் ஆட்சி அதிகாரம், ஆதிக்கம் ஆகியவற்றைப் பெறுவதைப்பற்றியும் மட்டுமே கவலைப்பட்டனர். எனவே, நீதிக்கட்சியானது கூனிக்குறுகிச் செல்வாக்குக் குறைந்து காணப்பட்டது. பொது மக்களிடம் அது கொண்டிருந்த பிடிப்பு, ஆதரவு, அரவணைப்பு ஆகியவை நாளுக்கு நாள் தளர்ந்துபோய்க் கொண்டிருந்தன.

இந்நிலையில் 1935ம் ஆண்டு இந்திய அரசு அமைப்புச் சட்டத்தின் அடிப்படையில் முதல் பொதுத்தேர்தலை 1937 பிப்ரவரியில் நடத்துவது என்று இந்திய அரசு முடிவெடுத்திருந்தது.

இந்த நிலையில் நீதிக்கட்சியைச் சேர்ந்த சில தலைவர்களும், டாக்டர் பி.சுப்பராயன், எஸ்.இராமநாதன், கே.சீத்தாரம ரெட்டி போன்ற வர்களும் காங்கிரஸ் கட்சியில் இணைந்தனர். தேர்தல் நெருங்க, நெருங்க நீதிக்கட்சியைச் சேர்ந்த மேலும் பலர், நீதிக்கட்சியை விட்டு விட்டு காங்கிரஸில் சேரத் தொடங்கினர்.

1937ஆம் ஆண்டு நடைபெற்ற தேர்தலில் காங்கிரஸ் மாபெரும் வெற்றியைப் பெற்றது. நீதிக்கட்சியோ படுதோல்வி அடைந்தது.

சட்டமன்றத்தில் மொத்தம் 215 இடங்களில், காங்கிரஸ் கட்சிக்கு 159 இடங்களும், நீதிக்கட்சிக்கு 17 இடங்களும், சுயேச்சைகளுக்கும் பிற கட்சிகளுக்கும் 46 இடங்களும் கிடைத்தன.

இந்தத் தேர்தலில் பொப்பிலி அரசர், பி.டி.இராஜன், வெங்கட்டகிரி குமாரராசா, ஏ.பி.பாத்ரோ போன்ற நீதிக்கட்சியின் மாபெரும் தலைவர்கள் பலரும் தோல்வியுற்றனர். 1937ஆம் ஆண்டு தேர்தல் நீதிக்கட்சியின் செல்வாக்கையும் வலிமையையும் பெருமளவுக்கு மங்க வைத்துவிட்டது.

1937 தேர்தலில் காங்கிரஸ் கட்சியானது, பெரும்பாலான இடங்களில் வெற்றி பெற்றிருந்தபோதிலும் அது ஆட்சி அமைக்க முன்வரவில்லை. அமைச்சரவை மீது ஆளுநருக்கு இருந்த சில ஆதிக்கக் கட்டுப் பாடுகளைக் குறைக்கும் அளவுக்கு, 1935 அரசமைப்புச் சட்டம் திருத்தி அமைக்கப்படவேண்டும் என்றும், அது நிறைவேறுகிற வரையில் ஆட்சிப் பொறுப்பை ஏற்கப்போவதில்லை என்றும் காங்கிரஸ் கட்சியினர் கூறிவந்தனர்.

ஆட்சிப் பொறுப்பை ஏற்க காங்கிரஸ் கட்சி முன்வராதநிலையில் ஆளுநர், எதிர்கட்சியினராக விளங்கிய நீதிக்கட்சியினரை அழைத்து இடைக்காலப் பொறுப்பு அமைச்சரவையை அமைக்குமாறு கேட்டுக் கொண்டார். அதற்கு நீதிக்கட்சியினர் சம்மதித்தனர். இந்த அமைச்சரவையில் சர்.கே.வி.ரெட்டிநாயுடு தலைமையின் கீழ்ப் பொறுப்பு அமைச்சரவை அமைக்கப்பட்டது. இந்த அமைச்சரவையில்தான் தாழ்த்தப்பட்ட சமூகப் பிரதிநிதியான எம்.சி.ராஜாவை அமைச்சராக்கியது நீதிக்கட்சி.

அதாவது ஆட்சி காங்கிரஸ் கட்சியினருக்கு மறுபடியும் போய் விடக்கூடிய சூழ்நிலையில்தான் - மூன்று மாதங்களே இருந்த அமைச் சரவையில்தான் - தாழ்த்தப்பட்ட சமுதாயப் பிரதிநிதியான எம்.சி. ராஜாவை அமைச்சராக்கியது நீதிக்கட்சி.

இதில் நாம் தெளிவாகத் தெரிந்துகொள்ளவேண்டியது என்ன வென்றால் நீதிக்கட்சி பெருவாரியாக வெற்றிபெற்றபோது தாழ்த்தப் பட்ட பிரதிநிதிகளை அமைச்சராக்கவில்லை. மக்கள் செல்வாக்கு முழுவதும் இழந்துவிட்ட நிலையில் - எப்போது வேண்டுமானாலும் அமைச்சரவை கலைக்கப்படலாம் என்று தெரிந்திருந்தபோதுதான் எம்.சி.ராஜாவை அமைச்சராக்கியது!

இதில் கூட, தாழ்த்தப்பட்ட சமுதாயப் பிரதிநிதி ஒருவருக்கு அமைச்சர் பதவி கொடுப்பதன் மூலம் சரிந்துவிட்ட தன் செல்வாக்கை உயர்த்திக் கொள்ளலாம் என்ற தந்திரமும் அடங்கியிருந்தது.

இந்த இடைக்காலப் பொறுப்பு அமைச்சரவை மூன்று மாதங்களே நடைபெற்றன. பிறகு காங்கிரஸுக்கும் பிரிட்டிஷ் அரசுக்கும் ஏற்பட்ட சுமுகமான உடன்பாடு காரணமாக காங்கிரஸ் ஆட்சி அமைத்தது.

12

பின்னி ஆலை பிரச்னை

பின்னி ஆலைகள் என்று இன்றளவும் அறியப்படும் பக்கிங்காம் - கர்னாடிக் என்ற இரண்டு ஆலைகளில் 1920களில் பத்தாயிரம் தொழிலாளருக்கு மேல் வேலை செய்துவந்தனர். இந்த ஆலையில் 1921-ல் பெரும் வேலை நிறுத்தம் நிகழ்ந்தது. 1921ல் மே மாதத்தில் திடீரென வெடித்த ஒரு வேலை நிறுத்தத்தில் முதலில் 600 பேர் கலந்து கொண்டனர். பின்னர் இது முழு வேலைநிறுத்தமாக மாறியது. தொழிலாளர்களில் சாதி இந்துக்களும், முஸ்லீம்களும், ஆதிதிராவிடர்களும் கணிசமாக இருந்தனர். வேலை நிறுத்தம் தொடங்கிய சில காலத்துக்குள் ஆதிதிராவிடத் தொழிலாளர்கள் வேலைக்குத் திரும்பத் தொடங்கிவிட்டனர்.

இதற்கான காரணம் நீண்டு செல்லும் போராட்டங்களால் ஏற்படும் பொருளாதார இழப்பை ஈடுகட்டும் வலிமை ஆதிதிராவிடத் தொழிலாளர் களுக்குக் கிடையாது. சம்பளம் கிடைக்கவில்லை யென்றால் வீட்டில் அடுப்பு எரியாது. மேலும் நிர்வாகத்தினரைப் பணியவைக்கும் அளவுக்கு போராடியவர்களின் எண்ணிக்கை பெரிய அளவில் இருந்திருக்க வில்லை. ஆதி திராவிடர்கள் வேலைக்குத் திரும்ப நேரிட்டது. இதனால் வேலைநிறுத்தம் தோல்வியை நோக்கிச் சென்றது.

உயர்சாதி இந்து - முகம்மதிய தொழிலாளரைப் போலன்றித் தொழிற் சாலையின் கூலி உழைப்பைத்தவிர ஊதியத்துக்கான வழிகள் வேறு எவையும் ஆதிதிராவிடத் தொழிலாளரிடம் இருந்திருக்கவில்லை. எந்தக் காலத்திலும் செல்வச் செழிப்புடையதாக இல்லாத இவர்களின் வாழ்க்கை நிலையையும் தரத்தையும் உலகப் போருக்குப் பின்னர் தொடர்ந்து நிகழ்ந்த வேலைநிறுத்தங்கள் சோதித்தன. சொத்து, நிலம் முதலானவற்றைப் பெற்ற உயர்சாதி இந்து, முகம்மதிய தொழிலாளர் களால் நெருக்கடிகளிலும் வாழ முடிந்தது.

குறிப்பாக, 1920 இறுதியில் நடந்த மூன்றுமாத வேலைநிறுத்தம் ஆதிதிராவிடத் தொழிலாளரின் வறுமையை அதன் எல்லைக்கே இட்டுச் சென்றது. அவர்தம் சமூக நிலைமை காரணமாக வேறு வேலை கிடைப்பதும் அரிதாயிருந்தது. இந்நிலையில் இன்னொரு வேலை நிறுத்தத்தில் இறங்குவது இவர்களுக்குச் சரியென்று தோன்றியிருக்க வாய்ப்பில்லை.

இந்தப் பின்னணியில் சாதி இந்து - முஸ்லிம் தொழிலாளருக்கு இடையே கைகலப்பு ஏற்பட்டது. பல வன்முறை நிகழ்ச்சிகள் நடைபெற்றது. போலிஸ் துப்பாக்கிச் சூடு நடந்தது. 10 பேர் சுடப்பட்டு இறந்தனர். 34 பேர் காய மடைந்தனர். 400 வீடுகளுக்கு மேல் தீக்கிரையாயின. இவற்றுள் பெரும் பான்மை ஆதிதிராவிடருடையவை. எனவே, இவர்களுக்கென அரசாங்கம் அகதி முகாம் அமைத்தது. இரண்டாயிரம் பேர் அளவுக்கு இம்முகாமில் இருந்தனர். கடைசியில் இவ்வேலை நிறுத்தம் தோல்வியில் முடிந்தது.

இதற்கு காரணம் யார் என்பது பின்பு ஆராயலாம். இந்தப் போராட்டத்தில் ஆதிதிராவிடருக்கு நீதிக்கட்சி உதவியதா என்பது தான் இப்பொழுது நம்முன் இருக்கும் கேள்வி.

போராட்டத்தின் ஆரம்பம் முதல் நீதிக்கட்சியினர் யாருக்கும் ஆதரவு தரவில்லை. ஆனால் போகப்போக உயர்சாதி இந்துக்களே போராடும் தொழிலாளரில் பெரும்பான்மையோராக இருப்பது கண்டோ என்னவோ தனது இறுக்கமான நிலைப்பாட்டை நெகிழ்த்திக் கொண்டது.

நீதிக்கட்சித் தலைவர் நடேச முதலியாரின் உறவினரின் வீடு வியாசர் பாடியில் இருந்தது. அவர் வீட்டில் சிலர் புகுந்து தொல்லை விளைவித்தனர். இதைத் தொடர்ந்து நீதிக்கட்சியினரான தியாகராயர், தணிகாசலம் செட்டியார், நடேச முதலியார் முதலானோர் சூளைப் பட்டாளம் வந்து உண்மையை அறிந்தனர். அச்சமயம் திரு.வி.க. வரவே அவர்கள் அவரைச் சந்தித்தனர். சந்திப்பின் முடிவில் 'நகர சபையிலும் சட்டசபையிலும் வெளுக்கப்போகிறேன்' என்று தணிகாசலம் செட்டியார் உரைத்தார் என்று திரு.வி.க கூறுகிறார்.

ஆனால், ஆதிதிராவிடர்களின் வீடுகள் தீக்கிரையாக்கப்பட்டபோது இந்த நீதிக்கட்சியினர் கவலைப்படவேயில்லை.

சட்டமன்றத்தில் நீதிக்கட்சி பிரமுகர் ஓ.தணிகாசலம் செட்டியார் பேசுகையில் ஆதிதிராவிடர்களே கலவரத்துக் காரணம் என்ற ரீதியில் பேசினார். சட்டமன்றத்தில் ஓ.தணிகாசலம் ஆற்றிய உரை 30 பக்கத்துக்கும் நீளும். அவ்வுரை நெடுகவும் சாதி இந்துக்கள் தாக்கப்படுவதும் இன்னலுறு வதுமே கண்டிக்கப்படுகின்றனவேயன்றி எவ்விடத்திலும் பின்னி முதலாளிகளோ, அவர்தம் சுரண்டும் முறைகளோ விமர்சிக்கப்பட வில்லை என்பதை இங்கு கவனத்தில் கொள்ளவேண்டும்.

அதுமட்டுமல்ல நீதிக்கட்சி மாபெரும் துரோகக் கருத்தையும் வெளியிட்டது. ஆதிதிராவிடர்களை சென்னைக்கு வெளியே விரட்டும்படி ஆலோசனை கொடுத்தது.

அப்போது கொழும்புவிலிருந்து 'இலங்கை இந்தியச் சங்க' ஆதரவில் வெளியான ஆதிதிராவிடன் என்ற இதழைப் பார்த்தால் நீதிக்கட்சியினரின் உள்ளம் யாருக்காகப் பாடுபட்டது என்பது தெரியும்.

ஆதிதிராவிடன் - 12 ஆகஸ்டு 1921 இதழில் ஸ்வாமி அத்வைதாநந்தா எழுதிய 'சென்னை ஆதிதிராவிடர்களது கஷ்ட நிலைமை' என்றத் தலைப்பில் வெளியான விமர்சனம் தெள்ளத்தெளிவாக நீதிக்கட்சி யாருக்காகப் பாடுபட்டது என்பதை வெளிக்கொணர்ந்துள்ளது.

அந்தக்கட்டுரையில் கூறப்பட்டிருப்பதாவது:

''அறிவான் முதிர்ந்த அன்பர்களே! சென்னைக் கர்னாடிக்மில் பக்கிங்காம் மில் என்னும் இரு தொழிற்சாலைகளிலுள்ள தொழிலாளர் வேலை நிறுத்தத்தால் உண்டாகிய குழப்பமானது அநேகருக்குத் தெரிந்த விஷயமல்லவா? உத்தியோகஞ் செய்யுங்காலே போதுமான வருமானமின்றி உண்ண உணவற்றுப் பட்டினி கிடக்கும் ஆதிதிராவிடத் தொழிலாளருக்கு ஒருவேளை கஞ்சி சாதமேனுங் கொடுத்து ஆதரிக்குந்தன்மை லேபர் யூனியினிலிருந்திருக்கும் பட்சத்தில் ஆதிதிராவிடர்கள் இரு மில்களிலும் வேலை செய்யும்படி முயற்சிக்க முன்வந்திருப்பார்களா வென்பதோர் சந்தேகமாகத் தோன்றுகிறது.

ஆதிதிராவிடர்கள் வயிற்றின் கொடுமையை முன்னிட்டும் பிள்ளைகுட்டிகள் பட்டினி கிடந்து சாகும் வதையை முன்னிட்டும் மேற்படி தொழிற் சாலைகளில் வேலையைச் செய்து ஜீவிப்பான் வேண்டி மிஸ்டர் எம்.ஸி. ராஜா அவர்கள் ஆதிதிராவிடத் தலைவர்களுக்கறிவிக்க, இதற்கிணங்கி மேற்படியார்களது கஷ்டத்தை நிவர்த்திக்க மேற்படி தலைவர்கள் புளியந்தோப்பு முதலான ஆதிதிராவிடத்தொழிலாளர் வசிக்குமிடங்களில் பொதுக் கூட்டங்கள் கூட்டிப் பொதுவாக ஆதிதிராவிடர்களுக்கும் ஆதிதிரா விடரல்லா தாருக்கும் வேண்டிய விஷயங்களைக் கூறிவந்தார்கள்.

இவர்களது கருத்து முரண்பட்டதாயிருக்கும்பட்சத்தில் லேபர் யூனியன் தலைவர்கள் பொதுக்கூட்டங்கள் கூட்டிக் கண்டித்திருக்கலாம். அதற்கு ஆதிதிராவிடர்கள் இணங்கியுமிருப்பார்கள். அவ்வாறியற்றியவர் களல்லர், இதற்குமாறாக இவ்வேழை ஆதிதிராவிட மக்கள் வசிக்குமிடங்களை 20 தினங்களுக்கு முன்பு தொடர்ச்சியாக சுமார் 1 வாரக்காலமாகப் பகலும் இரவிலும் கொளுத்தி ஜனக்கஷ்டத்தையும் ஏழைகள் பொருள் நஷ்டத்தையும் அடைவதற்கு மூலபுருஷர்களாயிருந்து கொண்டார்களென்பதை மிகவும் வருத்தத்தோடு குறிப்பிடுகின்றேன்.

இவர்களது அனுமதியின்றி லேபர் யூனியனைச் சேர்ந்தவர்கள் மேற்படி வீடுகளைக் கொளுத்தியிருந்தபோதிலும் அவர்களுக்கு அதனாலுண்டாகுங் கஷ்டங்களைக் குறிப்பித்து அத்தீச் செயலை மறுத்திருக்கவேண்டும். அதுவுஞ் செய்யவில்லை. இத்துணைத்தானக் கெடுதிகளை ஆதிதிராவிடர்களுக்குச் செய்துவிட்டு 'இந்தப்பூனையும் பால் குடிக்குமா' என்பதற்கொவ்வ ஆதிதிராவிடர்களே தங்களது வீடுகளைக் கொளுத்திக் கொண்டார்களென்று இந்த ஜாதி ஜனப் போலித் தலைவர்கள் தங்களாலானமட்டும் பத்திரிகைகளில் வரைய ஆரம்பித்துக்கொண்டார்கள்.

இவர்களது பொய்க்கூற்றுகளை மறுத்து எழுதியனுப்பிய பல வியாசங்களை நமக்காதரவாயிருக்குமென நாம் நம்பிக் கொண்டிருந்த 'திராவிடன்' முதலான பத்திரிகைகள் வெளிப்படுத்தாது மறைத்துவிட்டது விசனிக்கற்பாலதே. இதோடு நில்லாது ஆதிதிராவிடர்கள் பல அக்கிரமச்செயல்களைச் செய்து வருவதாகவும் புளுக ஆரம்பித்துவிட்டார்கள்.

ஆதிதிராவிடர்கள் நிற்க நிழலின்றிப் பரிதபித்தும் பல கிராமங்கட்கு ஓடிப்போனார்கள். சிலர் மில் எஜமான்களுடைய இரண்டு பங்களாவில் தங்கிப் போலிஸ் பந்தோபஸ்தோடிருக்கின்றார்கள். மற்றுஞ் சிலர் அவர்களுக்கு கஷ்டத்தைக் கொடுத்தவர்களை முன்னிட்டு அக்கால் நடத்தியிமிருக்கலாமென நம்புகின்றேன்.

தாழ்த்தப்பட்ட வகுப்பாருக்கே உதவி புரிந்து முன்னேற்றுவிக்க முயற்சிக்கன்றோமெனப் பொய்க் கூச்சலிடும் பல ஜாதிபேதமுடையவர் களெல்லாம் ஆதிதிராவிடர்கள் மீது அணுத்துவமுங் கருணையின்றிக் குற்றத்தைச் சுமத்தி பாழ்படுத்த முன்வந்திருப்பதை ஆதிதிராவிடர்கள் சொப்பனத்திலும் மறவாது நினைவு கொண்டிருப்பார்களென்பது திண்ணந்தான்.

'ஏழை அழுதகண்ணீர் கூரியவாளொக்கும்' என்னும் முதுமொழியை மறந்துவிட்டுப் பழிசுமத்த முன்வந்துவிட்டவர்கள் பலராயிருக்கின்றார்கள். ஆதிதிராவிடர்கள் மீது அனுதாபமுற்றுப் பத்திரிகைகளில் எழுதும் ஜாதித் தலைவர்களொருவரேனுங் கிடையவே கிடையாது. இத்தலைவர்கள் முன்பு பேசியதெல்லாம் போலித்தனமென்றே புளியந்தோப்பு விவகாரமானது பட்டப்பகலாய் விளக்கிவைத்துவிட்டது. நிற்க, ஆதிதிராவிடர்கள்தான் மற்றவர்களைக் கஷ்டப்படுத்தினதாகப் பத்திரிகைகளில் எழுதிய நண்பர்களே 25-7-21ம் தேதி சுமார் மாலை 53/4 மணிக்கு சொண்ட் ஆறுமுகம் என்னும் ஆதிதிராவிடன் வேலைசெய்துவிட்டு வீட்டிற்குத் திரும்பும்போது வியாசர்பாடிக்கும் 3நம்பர் போலிஸ் ஸ்டேஷனுக்கும் மத்தியில் மகமதியரும் திராவிடருஞ் சேர்ந்து கத்தியால் வெட்டிக் காயப்படுத்தியதையும் அன்று மாலையிலேயே ஆதிதிராவிடர்களாம் 3 ஆண்பிள்ளைகளும் 5 பெண்பிள்ளைகளும் கடைக்குப்போய் வீட்டிற்குத் திரும்பும்போது மேற்படி இடத்திலேயே மேல்படி கூட்டத்தார்கள் அடிக்க ஆண்பிள்ளைகள் ஓடியபிறகு பெண்

பிள்ளைகளை அதிகமாக அடித்துக் காயப்படுத்தியதையும் நோக்குங் கால் யார் அக்கிரமச் செயல்களை நடத்திக்கொண்டு வருகின்றார் களென்பது விளங்கிவிடுமே.

இக்கொடியவர்களை அடக்கப் போலீஸார் முன்வருவார்களோ என்னவோ தெரியவில்லையே. ஆதிதிராவிடர்கள் அக்கிரமமாக நடந்து வருவது உண்மையாயின் 26-7-21ல் ஆனரபில் கே.ஸ்ரீநிவாஸ அய்யங் காரவர்களும் போலிஸ் கமிஷனர் மிஸ்டர் பெல்லியவர்களும் வியாசர் பாடியில் ஆதிதிராவிடர்கள் தங்கியிருக்கும் இடத்திற்குச் சென்று விசாரித்தவிடத்து லேபர் கமிஷனர் மிஸ்டர் மாயர் ஐ.ஸி.எஸ்.ஐ.ஈ., அவர்களும் டிப்டி கலெக்டர் ராவ் சாயப் சுப்பையா நாயுடுகாரும் இங்குள்ள ஆதிதிராவிடர்கள் எவ்விதத்தாலும் விபரீதமாக நடந்து கொள்வது கிடையாதென்று சொல்லியிருப்பார்களா? பொதுஜனத் தலைவர்களெனச்சொல்லிக் கொள்ளப்பட்டவர்களே ஆதிதிராவிடத் தொழிலாளரும் மற்றுஞ்சிலரும் அனுபவித்து வருங்கொடிய கஷ்டத்தினின்று நீங்கித் தொழிலாளர்கள் எல்லாரும் நேசப்பான்மை யோடு தொழிற்புரிந்து நன்மையை அடையும்படியான வழிகளைத் தேடி நிலைநிறுத்தும்படியாக ஞாபகப்படுத்துகின்றேன்.''

என்று நீதிக்கட்சியை விமர்சித்தது ஆதிதிராவிடன் இதழ்.

ஆதிதிராவிடன் அடுத்த இதழிலும் (17 ஆகஸ்ட் 1921) இந்தப் பிரச்னையை அலசியது. 'சென்னை தொழிலாளர் வேலை நிறுத்தமும் அதன் காரண மாக ஏற்பட்டிருக்கும் கலகமும்' என்ற தலைப்பிட்டு எழுதியது:

''சென்னையிலுள்ள பக்கிங்ஹாம் கர்னாட்டிக் தொழிற்சாலைகளிலுள்ள வேலையாட்களின் வேலை நிறுத்தத்தாலேற்பட்ட கலகங்களும் குழப் பங்களும் சண்டை சச்சரவுகளும் இன்னும் ஒழிந்தபாடில்லை.

தினே தினே பயங்கரமான செய்திகள் வந்தெட்டுகின்றன. அமைதியும் கீழ்படிதலுமுள்ள ஆதிதிராவிடர்கள் எஜமானருக்கு அடங்கி தேச நன்மையைக் கோரி தமது முன்னேற்றத்தை நோக்கியாதொரு குழப்பமும் செய்யாது தமது ஜீவனாம்ஸத்தை உத்தேசித்து தொழிற்சாலைக்கு வேலைக்குப் போய்க்கொண்டிருக்க ஏனைய உயர்குல இந்துக்கள் எனக் கருதப்படும் வஞ்சகம் மிகுந்த கெட்ட எண்ணங்கொண்ட வேலையாரும் முரடரான முகம்மதியரும் போலிக்கிறிஸ்தவரும் ஒருங்குகூடி ஆதிதிரா விடருக்கு விரோதமாய் ஆக்ரமித்தெழும்பி அவர்கள் வீடுகளை அக்கினிக்கிரையாக்கித் திரள் பொருள் நஷ்டமுண்டாக்கி விட்டன ரெனவறிகிறோம். இவ்வக்கிரமம் நடைபெற இடங்கொடுத்தோர் யார்?

தேசத்தை முன்னேற்றுகிறோம் - தாழ்ந்தோரை உயர்த்துகிறோம் என்று வார்த்தைகள் மாத்திரம் சொல்லும் போலித் தேசாபிமானிகளேயாம்.

ஆதிதிராவிடரல்லாதாரான தொழிலாளர் ஆதிதிராவிடருக்குப் பொருள் நஷ்டமுண்டாக்கினதோடு விடாது திருடர் - கொள்ளைகாரர் - கொலைக்காரராய் மாறி கம்பு தடி கத்தி ஓடுகளை ஆயுதங்களாயணிந்து ஆதிதிராவிடரை எதிர்த்துப் போராடி உயிர்ச்சேதமும் விளைவித்து வருகின்றனர். இதனைக் கவனிப்பாரில்லையா?

லேபர்யூனியன் தலைவர்களெங்கே? திராவிடத்தலைவர் எங்கிருக்கின்றார்? என்செய்கின்றார்? திராவிட இயக்கம் செய்வதென்னை? மேற்காட்டியவரெல்லாஞ் சேர்ந்து இந்தத் தொந்தரவுகளை ஒழிக்கவியலாதா? சமாதானத்துக்கான முயற்சிகளையேன் இவர் கையெடுக்கவில்லை?

தெருச்சண்டை கண்ணுக்குக் குளிர்ச்சியென வேடிக்கைப் பார்த்துக் கொண்டிருக்கின்றாரோ? அந்தோ எவ்வளவு கொடுஞ் செயல்கள் - குரூரத்தனங்கள் நடந்துவருகின்றன? இவ்விஷயமாய்த் தம்மால் இயன்ற உதவி செய்யக்கூடிய இரண்டொரு ஆதிதிராவிடத்தலைவர்களின் உயிர்களை (விசேஷமாய் ஸ்ரீமத் ஸ்வாமி தேஸிகானந்தாவையும், ஸ்ரீமான் எம்.ஸி.ராஜாவையும் வாங்கிவிடுவோமென இந்த ஆவேசம் கொண்ட கலகக்காரர் (துலுக்கர்) பயமுறுத்தியிருப்பதால் அன்னார் தலைமறைந்திருக்கின்றார்களோ?

ஆதிதிராவிடரின் முன்னேற்றத்தில் பிரீதியற்ற பொறாமைகொண்ட சில போலிமனிதர் பாரபட்சமாய் உண்மையை மாற்றி ஆதிதிராவிடரே ஏனைய வேலையாளருக்கு அதிக அக்ரமம் புரிந்துவருகின்றாரெனப் பத்திரிக்கைக்கு வாய் கூசாது கை ஓயாது எழுதி வருகிறதையறிகிறோம். அவற்றைப் பிராமணரல்லாதார் எல்லாருக்கும் பொதுவான திராவிடன் தடையின்றிப் பிரசுரிக்கின்றது. ஆனால் உண்மை மனிதர் எவரேனும் உண்மையை உள்ளபடி ஆதிதிராவிடருக்குச் சாதகமாய் எழுதினால் அவை கேவலம் கழிவுக் காகிதக் கூடைக்குள் எறியப்படுகின்றன.

இச்செய்கை எமக்குப் புண்ணில் வேல்விட்டது போலிருக்கின்றது. இப்படியும் திராவிடன் செய்வது நியாயமாகுமோ? திராவிட இயக்கத்தின் மேல் நாம் வைத்திருந்த நம்பிக்கை குறையும் வண்ணம் இச்சம்பவம் நேர்ந்துவிட்டது. திராவிடரின் முக்கிய தலைவராகிய ஸர்.தியாகராயர் அவர்கட்கு இவையெல்லாம் கவலையில்லையோ? ஏன் அன்னார் இதில் தலையிட்டு இதை ஓர் முடிவுக்குக் கொண்டு வரக்கூடாது?

தேசியக்கட்சியினர் இவற்றைச் சட்டை பண்ணுவதில்லை. அவர்கள் இதையொருதிரணமாக அற்பமெனக் கருதியிருக்கின்றார்களோ? இந்தியாவை நீதியாய் ஆண்டு தேசத்தைச் சீர்ப்படுத்தப் போகின்றவர் இவர் தாமோ இப்பிரிவாரின் யோக்யதை.

ஸ்ரீமான் காந்தியின் ஒத்துழையாமைக்கு உள்பலமாகயேற்பட்ட ஸாத்வீக எதிர்ப்புக்கு விலையில்லாமற் போனதிலிருந்து விளங்கி

விட்டது. இவர்களிடமிருந்து நன்மையானதொன்றும் நாம் எதிர் பார்க்கிறதில்லை. சொன்னபடி செய்யும் சக்திவாய்ந்தவர்களல்லர். இவர் காருண்ய ஆங்கில அரசாட்சியினருக்கு விரோதமாய்ப் பேசி எழுதி பிரசங்கம் செய்து வானத்தை வில்லாய் வளைத்து மணலைக் கயிறாய்த் திரித்து நிரம்பச் சாதித்துவிடுமோமென வார்த்தைப் பிரயோகம் பண்ணுவாரேயன்றி வேறோன்றும் செய்யவியலாது இவருக்கு.

ஆகவே சுயாட்சி செய்ய எட்டுணையும் சக்தியற்றவர் இவரென இக்காரி யத்திலிருந்தும் இன்னும் பல திடுக்கிடும் சம்பவங்களிலிருந்தும் திட்டமாய் அறிகிறோம். ஆனால் ஆங்கில அரசாங்கத்திற்கு அமைந்திருந்து இராஜபக்தியுள்ளவர்களாய் எல்லா வகுப்பினர்க்கும் சம உரிமை தருவதற்கு கங்கணங்கட்டி உழைத்து வரும் பிராமணரல்லாதார் இயக்கத்தாரும் தமது சீரிய நோக்கத்திற்கு மாறாய் அரசினருக்கு விரோதமாய் சமீபத்தில் நடந்து கொண்டதே எம்மால் தாங்கக் கூடாத தாயிருக்கின்றது. ஒடுக்கப்பட்ட இந்திய மக்களை முன்னேற்றுவதில் இவர்கள் மிகவும் சிரத்தையெடுத்து கொள்வார்களென நம்பியிருந் தோம். ஆனால் அந்தோ அதில் நாம் ஏமாற்றப்பட்டுப்போனோம். இவர்களும் தமது முகமூடியையெடுத்துவிட்டு தாம் உண்மையர் அன்று போலியரே என்று காண்பித்துவிட்டனர். நமக்காதரவாயிருக்குமென நாம் நம்பிக்கொண்டிருந்த திராவிடனும் இப்படிச் செய்துவிட்டனரே என ஸ்வாமி அத்வைதானந்தா அவர்கள் அங்கலாய்க்கிறார்.

ஆதிதிராவிடர் வீடற்று உண்ண உணவு உடுக்கக் கச்சையற்று உதவியுமன்றி கைவிடப்பட்டோராய் கண்ணீருடன் தவித்து நிற்கின்றனர். அவர்கள் வேலை செய்ய வழியில்லை. கடைகளில் சாமான்கள் அவர்கட்கு விற்கப்படுவதில்லை. இவ்வளவு கஷ்ட நிலைமையிலிருப்போர் ஏனையோரை வருத்துகின்றார், இம்சிக்கின்றார் எனச்சொல்லத் தகுமோ? அது உண்மையாகுமா? இவர்கட்கு உதவிபுரியும் காருண்ய அரசினரை ஏனையோர் பட்சபாதமாய் அரசாங்கம் அரசாளு கின்றதென்ற வீண்பழி சாற்றுவராயினர், ஆயின் அதனைக் கண்டித்து அரசினர் வெளியிட்டுள்ள இம்மாதம் 1ம்தேதி அறிக்கையின் மூலமாய் ஏழை ஆதிதிராவிடருக்கு ஆதிதிராவிடரல்லாதார் செய்துள்ள கொடுமை களையும் தீங்குகளையுந் திட்டமாய் அறிகிறோம். அக்ரமஞ் செய்பவர் ஆதிதிராவிடரல்லாதாரே.

இற்றைவரை சுமார் 3000 ஆதிதிராவிடர் வீடின்றி உணவின்றி உடையின்றி அலைகின்றனரென அறிகிறோம். இவ்வகதிகட்குக் காருண்ய அரசாங்கம் உதவி செய்யாதுபோமோ? நாம் ஏற்கனவே சம்சயித்திருந்த விஷயங்களை கவர்ன்மென்ட் அறிக்கை உறுதிப்படுத்தி விட்டது. வேணுமென்றே ஆதிதிராவிடரை ஏனையோர் துன்புறுத்து கின்றனர். அவர்கட்கு விரோதமாய்ச் சொல்லப்பட்டவை யெல்லாம்

பொய்யென அறிக்கை அறிவிக்கின்றது. ஆதிதிராவிட மக்களே சற்று உமது நிலைமையைச் சிந்தித்துப் பாருங்கள். நீவிர் யாவராலும் கைவிடப்பட்டிருக்கிறீர்கள். இந்தியாவிலேயே உமக்கு யாதொரு உரித்தும் இல்லாதது போல் மற்றவர் பேசுகின்றனர். வளர்த்த கிடா மார்பில் பாய்ந்ததுபோல் ஆதிதிராவிடர் தமது முன்னேற்றத்திற்கு தடையாய் நடந்து கொண்டார்கள் எனச் சில மனிதர்கள் பத்ரிகைகளில் எழுதுவதை நோக்குங்கால் உமக்கு ஏதோ அவர் நிரம்ப செய்துவிட்டது போலவும் அப்படி செய்ததுங்கூடப் புண்ணியத்திற்காய்ச் செய்யப் பட்டது போலவும் அவர்கள் எண்ணுவதாய் அறிகின்றோம்.

ஒரு போலி பிராமணனுக்கு ஒரு போலி வெள்ளாளனுக்கு ஒரு போலி முதலிக்கு ஒரு போலி நாயுடுவுக்கு ஒரு போலி ரெட்டிக்கு எவ்வளவு சுதந்திரம் உரிமை இந்தியாவில் உண்டோ அவ்வளவு உமக்கு இந்தியாவின் புராதன குடிகளாகிய உமக்கு உண்டென்பதை நீங்கள் மறந்துவிட வேண்டாம். சுதந்திர உணர்ச்சி உங்களில் உண்டாகட்டும்.''

இப்படி ஆதிதிராவிடர் இதழ் நீதிக்கட்சியின் வேடத்தை தோலுரித்துக் காட்டியது. ஆதிதிராவிடர்கள் வேலைக்குத் தொடர்ந்து செல்வதால் வேலைநிறுத்தம் முறிவது உறுதியாயிற்று. உயர்சாதியினர் கஷ்டப் பட்டால் பொறுப்பாளர்களா நீதிக்கட்சியினர்? உடனே தியாகராயர் என்ன செய்தார்?

திரு.வி.க. இதைப்பற்றி எழுதுகிறார்:

''வேலை நிறுத்தம் எப்படி முறிந்தது? ராஜா ஸர்.இராமசாமி முதலியார் பங்களா வெளியில் கூடிய கூட்டத்தில் ஸர்.பி.தியாகராய செட்டியார் நிகழ்த்திய இராஜதந்திரச் சொற்பெருக்கில் மூழ்கித் தொழிலாளர் பலர் வேலைக்குத் திரும்பினர். ஸர்.பி. செட்டியார் 'மாதங்கள் ஆயின. இனிப் பிடிவாதம் வேண்டாம். உங்களுக்கு இராஜதந்திரம் வேண்டும். மில்களில் புதிய ஆட்கள் நிரப்பப்படுகிறார்கள். புது ஆட்கள் தொழிலை பயின்று விடுவார்களாயின் உங்களுக்குத் தொல்லை விளையும். போலீஸ் காவலையும், இராணுவக் காவலையுங் கடந்து அவர்களைத் தடுத்தல் இயலாது. ஆனால் அவர்களை ஒருவழியில் அப்புறப்படுத்தல் கூடும். நீங்களெல்லாரும் வேலைக்குச் செல்ல உறுதி கொண்டால் அவர்கள் வீட்டுக்கனுப்பப்படுவார்கள். ஆதலால் நீங்கள் உள்ளே போங்கள். நன்மையே விளையும். சங்கம் சாகாது' என்று பேசிய பேச்சு அவ்வேளையில் தொழிலாளர்க்கு உசிதமாகத் தோன்றிற்று. ஸர்.பி.செட்டியாரின் ஜோசியம் பெரிதும் பலித்தது.''

நீதிக்கட்சியை சார்ந்த தியாகராய செட்டியாரின் உள்ளக்கிடக்கையை திரு.வி.க. வெளிச்சத்துக்கு கொண்டுவந்துள்ளார்.

அதாவது ஆதிதிராவிடர்கள் தொழிலை பயின்றுவிடுவார்கள்; அது உயர்சாதியினராகிய உங்களுக்கு தொல்லை கொடுக்கும். ஆகவே அது நல்லதல்ல; நீங்கள் அவர்களை (ஆதிதிராவிடர்களை) வெளியில் அனுப்பவேண்டுமானால் நீங்கள் உள்ளே போகவேண்டும். இதுதான் நீதிக்கட்சி தலைவரின் கருத்து.

இவர்களைத்தான் தாழ்த்தப்பட்டோர்களின் நலனுக்காகப் போராடி யவர்கள் என்று பொய்யை மையாக ஊற்றி எழுதும் எழுத்தாளர்களை என்னவென்று சொல்வது?

நீதிக்கட்சியின் துரோகத்தைத் தோலுரித்துக்காட்டியது ஆதிதிராவிடன் இதழ் என்றால் மற்றொருவர் தாழ்த்தப்பட்டவர்களின் மாபெரும் தலைவரான எம்.சி.ராஜா.

எம்.சி.ராஜா கூறுகிறார் : சாதி இந்துக்கள் ஆட்சிக்கு வந்தபோது 1921-ஆம் ஆண்டு செப்டம்பரில் பிராமணர் அல்லாத சாதி இந்துக்களின் கட்சியின் தலைவர்களும், பிரபு பட்டம்பெற்ற சர். பி. தியாகராய செட்டியாரும் ஆலைத் தகராறில் சாதி இந்து தொழிலாளரின் சார்பாக எழுதிய கடிதத்தில் விவேகமற்ற முறையில் எழுதியுள்ளனர். இயக்கத்தைச் சேர்ந்த தொழிலாளிகளோடு சேர மறுத்த காரணத்துக்காக ஆதிதிரா விடர்கள் தங்கள் வீடுகளை இழந்தார்கள். மேலும் ஆதிதிராவிடர்களை சென்னையை விட்டே விரட்டவேண்டும் என்று சாதி இந்துக் களடங்கிய நீதி (ஜஸ்டிஸ்) கட்சியினர் விண்ணப்பித்துக் கொண்டிருக் கிறார்கள்.

மேலே குறிப்பிட்ட தொழிலாளர் வேலை நிறுத்தம் ஓர் உண்மையான தொழிலாளர் இயக்கத்தால் நடத்தப்பட்டதல்ல என்பதை, நான் 1923-24ஆம் ஆண்டுக்கான வரவு செலவு திட்டம் பற்றி சென்னை சட்டசபையில், 1923, மார்ச் மாதத்தில் விவாதித்தபோது, பேசிய எனது பேச்சின் ஒரு பகுதியே தெளிவுபடுத்தும். "இந்த தொழிற்கட்சி இன்று இச்சட்டசபையில் பெருவாரியான உறுப்பினர்களைக் கொண்டு இயங்குகிறது. இப்பெரும் பலத்தைக்கொண்டு அவர்கள் உண்மையான நீதியை நிலைநாட்டுவதற்காகப் பாடுபடாமல் எப்பொழுதும் தங்களின் கை மேலோங்கியே இருக்கவேண்டும் என்ற பதவி வெறிக்காக பாடுபட்டு, எத்தனைக்காலம் பதவியில் நீடிக்க முடியுமோ அத்தனைக் காலம் பதவி ஒன்றையே குறிக்கோளாகக் கருதி உழைத்தாலோ, அல்லது தங்களுடைய கடமை இந்நாட்டின் கோடானகோடி கல்வியறி வற்ற மக்களை அறிந்தோராகவும், கற்றவராகவும் மாற்றி அவர்களை உயர்நிலைக்கு உயர்த்த வேண்டும் - குறிப்பாக தாழ்த்தப்பட்ட வகுப்பாரை முன்னுக்கு கொண்டுவர வேண்டும் என்பதை மறந்தாலோ - இந்தப் பெரும்பலம் என்பது முடிந்த கதையாக, இறந்த பொருளாகவே கருதப்படும்.

இந்நிலையில், சாதி இந்துக்களுக்கு ஒன்று நினைவுபடுத்துகிறேன். ஒத்துழையாமை இயக்கம் இம்மாநிலத்தில் முதல் முதலாக ஆதிதிரா விடராகிய எங்களால்தான் மறுக்கப்பட்டது. நாங்கள் தோற்றுவித்த இந்த 'ஒத்துழையாமை இயக்க மறுப்பை' பொதுவாக பிராமணர் அல்லாத கட்சிக்காரர்கள் பின்பற்றியிருந்தால், பிராமணர் அல்லாத சாதி இந்துக்கள் தக்க சமயத்தில் எச்சரிக்கப்பட்டவர்களாகி இருப்பார்கள். ஆனால், ஏற்கனவே இக்கொடிய நஞ்சு மக்களின் உள்ளங்களில் பாய்ச்சப்பட்டு, வேரூன்றி விட்டபடியால் அவர்களின் தவறான திரிபுமனதை இனி திருத்த முயல்வதில் யாது பயன்?

எனக்கு மற்றொரு நிகழ்ச்சி நினைவுக்கு வருகிறது. உயர் திரு.வாடியா அவர்கள் சென்னையை விட்டு வெளியேறியவுடன், சர்.பி.தியாகராய செட்டியாரையும், பிராமணர் அல்லாதார் தலைவர்களையும் தொழிலாளர் இயக்கத்திற்குத் தலைமை வகித்து 'ஒத்துழையாதார்' கரங்களில் தொழிலாளர் சிக்கிக்கொள்ளாமல் தடுக்கும்படி வேண்டிக் கொண்டேன்.

அப்போது ஆட்சி பீடத்தில் அமர்ந்திருந்த கட்சி என்ன செய்தது? சென்னை தொழிலாளர் இயக்கம் 'ஒத்துழையார்' கையில் சிக்க அக்கட்சி அனுமதித்தது. எனவே, ஆதிதிராவிடர்களாகிய நாங்கள், எங்கள் குடும் பங்களையும், இந்த அரசாங்கத்தையும், இந்நாட்டையும், மக்களையும் தொழில் அழிவிலிருந்து காப்பாற்றுவது எங்களின் கடமை என்பதை உய்த்துணர்ந்து, ஒத்துழையாமை இயக்கத்தில் சேர மறுத்தோம்.

இவ்வாறு மறுத்து ஒதுங்கிய இச்சீரிய செயலுக்காக எங்களுக்கு நன்றியும் வணக்கமும் கூறுவதற்குப் பதில், பிராமணர் அல்லாதார் தலைவர்கள் ஒத்துழையாதார் தோண்டிய படுகுழியில் தாங்களே விழுந்ததோடல்லாமல், தொழிலாள பெருமக்களையும் சாதி இந்து வேலைநிறுத்தக்காரர்கள் என்றும் ஆதிதிராவிட கருங்காலிகள் என்றும் இரு பிரிவுகளாக பாகுபடுத்தினர். அவர்கள் தொழிலாளர்களுக்குள் ளேயே பிரிவினையை உள்ளபடியே ஏற்படுத்த விரும்பினால், 'ஒத்துழையாதவர்கள்', 'ஒத்துழையாமைக்கு ஒத்துழையா உண்மைத் தொழிலாளர்கள்' என்று பிரித்திருக்கலாம். ஆனால், ஒத்துழையாதவர் களை ஒன்று கூட்டி 'மேல் சாதி இந்துக்கள் இயக்கம்' என்ற ஒன்றைத் தோற்றுவித்து, ஆதிதிராவிட உழைப்பாளருக்கு எதிராக தங்கள் பக்கம் நிற்க அவர்களை வற்புறுத்தினர். தொழிலாளர் இயக்கம் பிளவு பட்டதைக் கண்ட இத்தலைவர்கள் ஓர் உருவமற்ற அச்சுறுத்தல் தங்கள் கௌவிக் கொண்டதை உணர்ந்தனர். ஒத்துழையாமை இயக்கத்திற்கு தலைமை தாங்குவதால் அப்பயம் நீங்கும் என்ற வீண் இறுமாப்பால் தலை கனத்தனர். இதன் வழி, தொழில் வளம் பெருகும் என்று நம்பினர். ஆனால், தொழில்வளம் ஏற்கனவே இந்த ஒத்துழையா உலுத்தர் கரங்களில் சிக்கி சீர்கெட்டுப் போய்விட்டதே!

இவர்களது சிந்தனையற்ற இம்மௌடீக முயற்சி 'கொக்கு தலையில் வெண்ணையை வைத்து வெய்யிலில் அது உருக கொக்கின் கண்களை மறைக்கும்போது அதை பிடித்துவிடலாம்' என்ற மூடனது சீரிய தத்துவார்த்தம் போலல்லவா இருக்கிறது? தங்களைப் பலப்படுத்திக் கொள்ள அவர்கள் கையாண்ட வித்தை, ஒத்துழையாமை இயக் கத்திற்குத் தலைமை தாங்குவதும், ஒத்துழையாமைக்கு ஒத்துழையாத உண்மைத் தொழிலாளர்களாகிய நம் இனத்தாரை - ஆதிதிராவிடரை - துன்புறுத்த அவர்களை ஏவுவதுமாகும். அச்சமயத்தில் நான் நம் இன மக்களை ஒத்துழையாமை இயக்கத்தில் சேராமல் தடுத்தேன். இன்றேல், சென்னை மாநில தொழில் வளர்ச்சி எவ்வாறு பாதிக்கப் பட்டிருக்கும் என்பதையும், தொழிலாளர் இயக்கம் எவ்வுருவத்தி லிருக்கும் என்பதையும் யூகிக்கும்படி உங்களின் கற்பனைக்கே விட்டு விடுகிறேன். குறிப்பாக வேல்ஸ் இளவரசர் சென்னைக்கு வருகை தந்தபோது ஒத்துழையார் செய்கையால் என்ன நடந்திருக்கும் என்பதையும் சிந்திக்க வேண்டுகிறேன்.

அன்று இந்த ஒத்துழையார் எவ்வாறு நடந்து கொண்டார்கள்? சென்ற 1923, ஜனவரி 13ம்நாள் வேல்ஸ் இளவரசர் சென்னைக்கு வருகை தந்து இச்சட்டசபையிலும் அமர்ந்து சென்ற காட்சி மறக்க முடியாத ஒன்று. அத்திருநாளில் இம்மாநிலத்திலிருந்த எல்லா தொழிலாளர் பிரதி நிதிகளும் ஒன்றுசேர்ந்து சர்.பி.தியாகராய செட்டியார் அவர்களை கப்பல் பாலு செட்டி தெருவில், ஒரு வீட்டில் சந்தித்தனர். இதனால் அச்செயல்வீரர் இளவரசர் கலந்துகொண்ட இச்சட்டமன்ற கூட்டத்தில் தானும் கலந்துகொண்டு தொழிலாளர் பிரச்சினைகளை விவாதிக்க முடியாமல் போய்விட்டது.

நூற்றுக்கணக்கான நம் இன ஆதிதிராவிட மக்கள் ஆதரவற்று, வீடிழந்து துரத்தப்பட்ட அந்நிகழ்ச்சிகளை நினைக்கும்போது எனது உள்ளம் குமுறுகிறது. தீயர்களால் நம்முடைய குடிசைகள் தீயினால் கொளுத்தப் பட்டன. தீயணைக்க முற்பட்ட காவல்துறையினர் கூட அக்கொடியவர் களால் தடுத்து நிறுத்தப்பட்டனர். நாம் குடியிருந்த குடிசையைவிட்டே நம்மைத் துரத்திவிட்டனர். நம் தன்னம்பிக்கையை - வாழ்விடத்தை இழந்து நாதியற்று, நீதியற்று, கேட்பார் இன்றி - எங்கு செல்வோம், எப்படி வாழ்வோம் என்ற புகலிடம் அறியாது, அந்தோ கடவுக்கும், கல்நெஞ்சமுள்ள மக்களுக்கும் முன்னால் - அனாதைகளாய் நின்றோம். அந்நிலையிலும் ஆட்சியாளர், நம்மைக் காப்பாற்ற வெளிப்படையாக தங்கள் நேசக்கரங்களை நீட்டவில்லை. நாம் இவ்வாறு இன்னலுற்றதற்குக் காரணம் என்ன? நம்முடைய உழைப்பால் நமது வயிற்றைக் கழுவ உழைத்தோம். ஒத்துழையாதவரோடு சேராமல் பாடுபட்டோம். நம் செயலைப் பயன்படுத்திக்கொண்டு அரசியல்

நரிகள் அன்றைய நிர்ணய சட்டத்தை எதிர்த்தன. இதற்கும் நம்முடைய இனத்தவர்களே முதலில் பலியானார்கள்.

தங்கள் போலி கௌரவத்தையும் தங்களின் கட்சி போலி கௌரவத்தையும் மக்களின் முன்னிலையில் காப்பாற்ற நினைத்த கட்சித் தலைவர்கள் தங்களை 'அமைச்சரவையின் பிரதிநிதிகள்' என்று கருதினர். அந்த உச்சநிலையிலிருந்து கொண்டு நம்மை 'கருங்காலிகள்' என்றழைப்பதை வேதாந்தமாகக் கொண்டு வீதிதோறும் முழங்கினர். முதலாவதாக தொழிற்சாலைகளில் வேலை செய்தவர்களால் நடத்தப்பட்ட வேலை நிறுத்தம் வேலை நிறுத்தமே அல்ல!

இரண்டாவதாக எந்த நிறுவனம் வேலை நிறுத்தம் செய்ய வேண்டுமென்ற நோக்கத்தோடு அமைக்கப்பட்டதோ அந்த நிறுவனத்தோடு சேர நாங்கள் அனுமதிக்கப்படவில்லை. எனவே, அவர்கள் நம்மை 'கருங்காலிகள்' என்று அழைத்தது ஒரு இழிவுபாடேயாகும். இவ்விழிவான வார்த்தை அவர்களின் கெட்ட எண்ணத்தில் தோன்றியது என்பதே உண்மையாகும். நம்முடைய கால்கள் கருமையானவையல்ல. நம்மை துன்புறுத்தும் தீயவர்களின் முகங்களே கறுமையானவை. எனவே, கருங்காலிகள், கறுமுகத்தார்கள் அவர்களேயன்றி நாமல்ல.

உண்மைத் தொழிலாளர் யாராயினும் அவர்களோடு நமக்கு உள்ளபடியே சச்சரவு இல்லை. நேரடியாக நம்மைத் துன்பப்படுத்துபவர்கள் உண்மையில் அத்தொழிலாளர்கள் அல்ல. ஆனால் அவர்கள் அரசியல் கலகக்காரர்கள் கைகளில் சிக்கிய கைபொம்மைகள். நாம், நம்போன்ற தொழிலாளர்களை சாதி இந்துக்களாயினும் குறைகூறவில்லை; அவர்கள் நம்மை போலவே இல்லாமையில் சிக்கி, அல்லலுற்று, அவலம் தீர அவசர வழிகளைத் தேடி அலையும் மக்களாவர். ஒரு அரசியல் கட்சி தனது எல்லையில்லா தீயச் செயலால் மக்களை வெளிப்படையாகவும் உள்ளூரவும் நமக்குத் துன்பம் விளைவிக்கும்படி தூண்டிவிட்டுவிட்டு நமக்காக முதலைக் கண்ணீர் வடிக்கிறது. தாழ்த்தப்பட்ட மக்களின் நண்பன் என்று வெளிவேடம் போடுகிறது. இச்சூழ்ச்சியால் நாம் நமக்குள் வேறுபட இடமே இருக்கக்கூடாது. நம் கொள்கையோடு நாம் கை கோர்த்துச் செல்ல வேண்டும்.''

இவ்வாறு நீதிக்கட்சியின் உயர்சாதி எண்ணத்தை வெளிப்படுத்திக் காட்டினார் எம்.சி.ராஜா. நீதிக்கட்சி என்றைக்குமே தாழ்த்தப்பட்டவர்களின்பால் அக்கறை கொண்டிருக்கவில்லை. அது மட்டுமல்ல நேரம் கிடைத்தபோதெல்லாம் தாழ்த்தப்பட்டோர்களுக்கு எதிரியாகவே இருந்துள்ளது. அதையும் எம்.சி.ராஜா அவர்களின் எழுத்துக்களிலேயே அடுத்து காண்போம்.

13

நீதிக்கட்சி பற்றி எம்.சி.ராஜா

1923ஆம் ஆண்டு ஜூலை 21,22ஆம் தேதிகளில் திருநெல்வேலி மாவட்டம், கோவில்பட்டியில் நடந்த இரண்டாவது தென்னிந்திய ஆதிதிராவிட பேரவையில் நான் (எம்.சி.ராஜா) ஆற்றிய தலைமையுரை:

"திருத்தி அமைக்கப்பட்ட இச்சட்ட மன்றத்தில் நீதிக்கட்சி உறுப்பினர் பெருவாரியாக இருந்தும் நீதிக்காக இம்மன்றம் என்ன செய்தது? இக்கட்சி பதவியில் அமர்ந்த ஓராண்டு காலத்துக்குள் தாழ்த்தப் பட்டோர் நலனுக்காக ஒதுக்கப்பட்ட மானியத்தில் ஒரு லட்சம் ரூபாயை வெட்டியது. இதனால் தாழ்த்தப்பட்ட மக்களின் முன்னேற்றம் குன்றிவிட்டது; பறிக்கப்பட்டது. தொடர்ந்து நீதிக்கட்சி தோழர்கள் தாழ்த்தப்பட்டோர் நலத்துறைகளை மூடிவிட்டனர். அத்துறைகளில் பணியாற்றிய முக்கிய அதிகாரிகள் எல்லோரும் வேலையிலிருந்து நீக்கப்பட்டனர். இக்கொடிய செயலால் தாழ்த்தப் பட்டோர் முன்னேற்றம் முடமாக்கப்பட்டது. அந்த நிலையில் ஆதிதிராவிட ஏழை மக்களின் நிலைமையை சிந்திக்க வேண்டுகிறேன். நல்லகாலமாக நீதிக்கட்சியின் பதவிகாலம் இரண்டாண்டோடு முடிந்துவிட்டது. கடவுள் நம்மைக் காப்பாற்றினார். சாதி இந்துக்கள் நம்மீது பிறவிப்பகை கொண்டிருக்கிறார்கள். அந்த நஞ்சுக் குணம் 'தொழிலாளர் குழப்பம்' இம்மாநிலத்தில் ஏற்படுவதற்கு முன்பிருந்தே விளைவித்த பல கொடிய சம்பவங்கள் இன்றும் உங்கள் நினைவில் நீங்காமல் நிலைத்திருக்கலாம்.

இப்பொழுது அதிகாரத்திலிருக்கிற கட்சி நம்முடைய தாழ்த்தப்பட்ட மக்களுக்காக பல நன்மைகளைச் செய்தது என்று நான் கேள்விப் பட்டபோது வியப்பில் ஆழ்ந்து போனேன். ஆதிதிராவிடர்களின் செலவுக்காகச் சில மானியங்களையும் ஒதுக்குகின்றது என்று சில

அரசியல்வாதிகள் என்னிடம் கூறினர். இஃது அவர்கள் பெருந் தன்மையால் வந்தது என்பதா அல்லது பெருந்தன்மையற்ற ஒருசில தனியார் வினையென்பதா என்று எனக்கே புரியவில்லை. ஒருவர் தன்னை ஒரு தாழ்த்தப்பட்டவன் என்றும், தாழ்த்தப்பட்டவரின் பிரதிநிதி என்று கூறிக்கொண்டு, அரசாங்கம் நமக்காக செய்வதாகக் காட்டும் பல காரியங்களின் புள்ளி விவரங்களையும், பல திட்டங் களையும் பொதுமக்களிடையே பேசி அவற்றை அம்மக்கள் புரிந்து கொள்ள அரும்பாடுபடுகிறார்.

இதே சூழ்ச்சி கொள்கையை மக்கள் முன் வைத்துத்தான் கபட நாடக மாடி நீதிக்கட்சிக்காரர்கள் ஆட்சிக்கு வந்தனர். நமக்காக ஒதுக்கப்பட்ட தொகை, நம் நலனுக்காகையாலும் முறை, துறை என்று காணப்படும் வரவு செலவு புள்ளி விபரங்கள் யாவும் உண்மையானவை அல்ல; பொய்யே. மேலும் உண்மையாகக் கூறப்போனால், 'ஒதுக்கப்பட்ட இலாக்காக்கள்' ஆட்சியாளரிடம் கேட்ட செலவு புள்ளிகளைத்தான் நமக்காக செலவிடப்படுவதாய் வெளியிடுகின்றனர். ஆனால் உண்மையில் அந்தப் புள்ளிவிபரப்படி இவர்கள் நமக்குச் செலவிட வில்லை. தனது கட்சி தாழ்த்தப்பட்டோருக்குச் செலவிடும் புள்ளிவிபர நகலில், அதன் பெருந்தன்மைகளைக் கூறும் அறிக்கையில் இவை யாவும் உண்மையென உறுதிப்படுத்த நம் இனத்தைச் சேர்ந்த ஒருவரைக் கையொப்பமிடச் செய்வது ஒரு பெருத்த சூழ்ச்சியேயாகும்.

தங்களுடைய செயல்களைத் திரித்துக் கூறும் நீதிக்கட்சியின் வர்க்க புத்திக்கும், அநீதிக்கும், உண்மைகளை மறைத்துப் போலி செயலுக்காக ஆதிதிராவிடரைத் துணைக்கு அழைக்கும் போக்கிற்கும் 'அரசியல் சூழ்ச்சி' என்றுதான் பெயர். 'வரவு செலவு திட்டம்' எப்படி தயாரிக்கப் படுகிறது என்று உங்களுக்குத் தெரியும். வருகின்ற ஆண்டு வரவு செலவு களை நடப்பு ஆண்டிலேயே தயாரித்துவிடுவார்கள். இப்புள்ளி விவரங் களை சம்பந்தப்பட்ட இலாக்காக்கள் தயாரித்து அரசாங்கத்திற்கு அனுப்பும். அவ்வாறு அனுப்பும்போது மேலும் தேவைப்படும் தொகை களையும், அதைச் செலவிடுவதால் அடையும் நன்மைகளையும் அப்புள்ளி விவரத்தில் காட்டும். இதை உத்தேச வரவு செலவு பட்டியல் என்று அழைக்கிறோம்.

இந்த உத்தேச வரவு செலவு கணக்கை 'நிதிக்குழு' முன் வைப்பர். இந்த நிதிக் குழுவில் பொருளாதார நிபுணர்களோடு கட்சியைச் சேர்ந்த உறுப்பினர்களும் இருப்பார்கள். 'குறைந்தபட்ச தேவை'களைக் கேட்டுத்தான் இது தன் விவரங்களைத் தயாரிக்க வேண்டும். அது பொது வாக மாநிலம் முழுமைக்குமாக கணக்கிடும்போது நட்டத்தில் முடியக் கூடாது. குறைந்தபட்ச புள்ளி விவரமே அரசாங்கத்தால் ஏற்கப்படும். இவ்வாறு முதல்முதலாக புள்ளிவிவர இலாக்காவால் தயாரிக்கப்படும்

இந்த வரவு-செலவு திட்டம், ஆட்சிபீடத்திலிருக்கும் கட்சியால் ஏற்றுக் கொள்ளப்பட்ட பின், 'நிதிக்குழு'விற்கும், பின் சட்டசபை விவாதத் திற்கும் அனுப்பப்படும்.

1921-22ஆம் ஆண்டில் 6.47 லட்ச ரூபாய் செலவிட உத்தேசித்து, தொழிலாளர் நலதுறையும், மற்ற துறைகளும் கேட்டன. இந்த வேண்டுகோள் சட்டமன்றத்திற்கு வந்தது. இச்சட்டமன்றம் 6.47 லட்சம் மானியம் கோரியதை ஒரு லட்சமாகக் குறைத்தது. 1922-23ஆம் ஆண்டில் 12.25 லட்சம் தொழிலாளர் நலத்துறைக்கும், அதுபோன்ற மற்ற துறை களுக்கும் தேவையெனக் கோரியபோது நிதிக்குழு இதை 7.87 லட்சமாகக் குறைத்தது. இந்த மொத்த தொகையில் (7.87) 3.25 லட்சம் கூட்டுறவு சங்கங்களுக்குக் கடனுதவி செய்ய வேண்டும். இந்த 3.25 லட்சக் கடனைத் தவணைகளாக அரசாங்கத்திற்கே திருப்பித் தர வேண்டும். 7.87 லட்சம் என்பது சட்டமன்றத்திற்கு வரும்போது 21,380 ரூபாயாகக் குறைக்கப்பட்டது.

1923ஆம் ஆண்டும் நிதிக்குழு ஒதுக்கப்பட்ட தொகையில் 1.23 லட்சத்தைக் குறைத்தது. 8-1-1923ல் கூடிய செயற்குழு நடைமுறை அறிக்கையில் கண்ணோட்டம் செலுத்தினால் இவ்வாறு எடுத்த எடுப்பில் ஒவ்வொரு படியிலும் உத்தேச செலவுத் தொகையை ஏன் குறைக் கிறார்கள் அல்லது வெட்டுகிறார்கள் என்பதற்குக் காரணமே இருக்காது.

நாட்டாண்மை கழகங்களும், நகராட்சிகளும் அவைகளில் நமக்கு இருக்கும் பிரதிநிதித்துவங்களும், இன்று புகழ்வாய்ந்த தலைவர்கள் என்று அழைக்கப்படுவோர்களின் கரங்களில் இருக்கிறது. இந்த தலைவர்கள் நமக்கு என்ன செய்துவிட்டார்கள் என்று உங்களுக்கே தெரியும். தற்போதுள்ள நாட்டாண்மை கழகத் துறைகளில் ஆதிதிரா விடர்களுக்கு பிரதிநிதித்துவம் அளிக்கும் இத்திட்டத்தைக் கூட இன்று ஆட்சிபீடத்தில் இருக்கும் அமைச்சரவையால் நமக்கு வழங்கப் படவில்லை. அதற்கு முன்பே வேறு ஒருவரால் வழங்கப்பட்ட ஒன்றாகும். இவர்கள் ஒரே ஒரு இடத்தைக்கூட நமக்கு புதிதாக ஒதுக்கவில்லை. எனவே, ஒவ்வொரு நகராண்மைக் கழகதுறையிலும், நகராட்சி மன்றத்திலும் ஒரே சீரான பிரதிநிதித்துவம் நமக்குக் கிடைக்கவில்லை. கண்மூடித்தனமாக நியமனங்கள் செய்யப்பட்டன. நான் இதனைச் சுட்டிக்காட்டித் தகுதியுள்ள வேட்பாளர்களை நியமிக்கும்படியும், நேர்மையாக ஆதிதிராவிடர்களுக்குச் சேரவேண்டிய இடங்களை நிரப்பும்படியும் கேட்டேன். இந்த இலாகா அமைச்சர் தன்னுடைய பொறுப்பைத் தட்டிக்கழித்துவிட்டார். இதனால் நானும் அவரிட மிருந்தும், நகராண்மைக் கழகத் தலைவர்களிடமிருந்தும் போதிய நிதியைப் பெறமுடியவில்லை.

ஆதிதிராவிடருக்கு ஒதுக்கப்படும் இடங்கள், குறிப்பிட்ட துறைகளை மாநில அரசுகளுக்கு ஒதுக்கப்படுவதற்கு முன்பிருந்தே (1919) நகராண்மைக் கழக தலைவர்கள், மாவட்டக் கழக தலைவர்கள், வட்ட தலைவர்கள் ஆகியோரின் கைகளில் இருந்தன. குறிப்பாக மாநில சுய ஆட்சி ஏற்படுவதற்கு முன்பே இவர்களின் தயவில்தான் நமக்கு ஒதுக்கப்பட்ட இடங்கள் இருந்தன. நகராண்மை கழக சுய ஆட்சி கொடுத்தவுடன் அமைச்சர்கள் அதிகாரத்தில் அமர்ந்தனர். இவர்கள் பழையபடி நாம் எங்கு எப்படி இருந்தோமோ அதே இடத்திற்குத் துரத்தினார்களே ஒழிய நமது பங்கைக் கொடுக்கவில்லை. சில சமயங்களில் கொடுக்கப்பட்ட இடங்களை மீண்டும் அவர்களே கைப்பற்றிக் கொண்டனர். திருவண்ணாமலை நகராண்மைக் கழகத்தில் நம் பிரதிநிதி இறந்த போதும், செங்கற்பட்டிலும், கடலூரிலும் வட்டக் கழக உறுப்பினர்கள் பதவி இழந்த போதும் நமக்கே உரித்தான இவ்விடங்களை சாதி இந்துக்களால் மீண்டும் நிரப்பப்பட்டன.

சென்ற ஆண்டு இறுதியில், அரசினர் ஆரம்பப் பள்ளிகளில் படிக்கும் ஏழை ஆதிதிராவிட மாணவர்களுக்கு மதிய உணவு வழங்க வேண்டும் என்று சென்னை மேல் சபையில் நான் ஒரு திட்டத்தைக் கூறினேன். உங்களுக்கெல்லாம் தெரியும் நம்முடைய இளஞ்சிறார்கள் எத்தகைய ஏழ்மையில் உழன்று பகல் உணவுகூட இன்றி பள்ளிக்குச் செல்லு கிறார்கள் என்று! என்னுடைய இந்தத் திட்டத்தை நிதிக்குழு முன் வைக்கப்பட்டதாக அறிந்தேன். நிதிக் குழுவில் இருக்கும் பெரும் பாலான உறுப்பினர்கள் ஏற்கனவே கூறியதுபோல் அதிகாரத்திலிருக்கும் கட்சியைச் சேர்ந்தவர்களே! இது பற்றி நிதிக்குழு கீழ்க்கண்ட அறிக்கையை விடுத்தது:

'ஆதிதிராவிடர் மற்றும் தாழ்த்தப்பட்ட இனத்தாரின் மாணவர்களுக்கு கல்வி இயக்குனர் கணக்குப்படி ஆண்டிற்கு ரூ.67லட்சம் செலவாகும் என்ற இந்தத் திட்டத்தை நிதிக்குழு சிபாரிசு செய்து ஏற்க மறுக்கிறது' இதனை நான் படிக்கிறபோது 'எதிர்பார்க்கும் செலவீனம்' அல்லது உத்தேச செலவினம் என்பதனை என்னால் புரிந்துகொள்ளவே முடிய வில்லை. 'திட்டம்' என்று பெயருக்கு அழைக்கப்படும் இதனை நிறை வேற்றும் பொருட்டுப் பலர் உறுப்பினர் பதவி பெறவும் மாண்புமிகு அமைச்சர்கள் இவற்றில் இடம் பெறவுந்தான் பல செயற்குழுக்கள் அமைக்கப்பட்டனவோ என்று நான் ஐயப்படுகிறேன். அதற்குப் பிறகு தயாரிக்கப்பட்ட அத்திட்டத்தின் நகலொன்றைத் தரும்படி சட்ட மன்றத்தில் கேட்டேன். 'ஆதிதிராவிட மாணவர்களுக்கும் பிற தாழ்த்தப் பட்ட மாணவர்களுக்கும் மதிய உணவு வழங்கும் இத்திட்டத்தை இன்னும் இதுவரை திட்டவட்டமாகத் தீட்டவில்லை' என்று கல்வி அமைச்சர் பதிலளித்தார். பனகல் ராஜாவோ அல்லது பாத்ரோவோ

கல்வி அமைச்சர்களாக இருந்தால் எனது கேள்வி தோற்கத்தான் செய்யும்! ஆனால் தீட்டப்படாத திட்டம், நிதிக்குழுவின் ஆய்வுக்காக அனுப்பப்பட்டு, அதற்கு ஆகும் உத்தேச செலவு 67 லட்சம் என்று கணக்கிடப்பட்டு, விவாத்திற்கு சட்டமன்றத்தின் முன்பும் வைக்கப் பட்டிருக்கிறது. முறைப்படி தீட்டப்பட்டு விவாதிக்கப்பட்டு நிதிக்குழு ஆய்வுக்காக செல்லாத அத்திட்டம் திட்டமாகாது.

சிதம்பரம் தாலுக்கா வட்டாரக்கழகம் (தாலுக்கா போர்டு) ஏன் ஆதிதிராவிடரை நியமிக்கவில்லை என்று ஸ்தல ஸ்தாபன அமைச் சரைக் கேட்டபோது அவர் கூறும் காரணம் என்ன வென்றால், 'சிதம்பரம் வட்டாரக்கழக அலுவலகம் ஒரு சாதி இந்துவுக்குச் சொந்த மான வாடகை கட்டிடத்தில் அமைக்கப்பட்டிருக்கிறது. அவர் தன் கட்டடத்தில் ஆதிதிராவிடர் நுழைவதை விரும்பவில்லை. எனவே ஆதிதிராவிடருக்கு தாலுக்கா போர்டு சபையில் பிரதிநிதித்துவம் கொடுக்கவில்லை' என்பதாகும்.

இந்த பதிலைக் கூறிய மாண்புமிகு அமைச்சர் அவர்களைப் பார்த்து நான் ஒன்றன்பின் ஒன்றாக பல கேள்விகளைக் கேட்டேன். பொது இடமென்றால் எல்லா இனத்தவரும் கலந்து உரையாற்ற வேண்டிய இடமாகும். அரசாங்க அலுவலகத்தில் வேறுபாடு காட்டக்கூடாது என்ற அரசாங்கச் சட்டமே இருக்கும்போது இவ்வாறு எதிரிடையாக நடப்பது ஏன்? என்பன போன்ற ஆறு கேள்விகளைக் கேட்டேன். இவை அனைத்துக்கும் மொத்தமாக மாண்புமிகு அமைச்சர் 'அரசாங் கத்திற்கு இதுபற்றித் தகவல் இல்லை' என்று கூறினார். அக்கறையற்ற இத்தகைய போக்கால் அமைச்சர்களின் பொறுப்பு நம் ஆதிதிராவிட இனத்தின்பாலிருக்கிறதா என்பதை நன்கு அறியலாம்.

இத்தகைய உண்மையான, துயரமான பல சான்றுகளைக் கொண்டு நமது கட்சிக்கும், நமக்கும், நமது அரசியல் வாழ்வுக்கும் ஏற்பட்டுள்ள பேரிழைப்பின் சோக ஏடுகளைச் சுமந்தவண்ணமாகவே நமது வரலாறு நகருகின்றது என்பதை எண்ணிப் பார்த்தீர்களா? 'வகுப்புவாரி பிரதி நிதித்துவம்' என்ற பெயரால் செய்யப்படும் எந்தத் திட்டத்திலும் மருந்துக்கூட உண்மை இல்லை. ஆனால் உண்மையில் நிலைத்திருப்பது 'வகுப்புவாத ஏகாதிபத்தியமும், சாதியின் கொடுங்கோன்மை'யுமே ஆகும். எப்பொழுதுமே தற்காலிக இலாகாவாக அமைக்கப்பட்டுள்ள தாழ்த்தப்பட்டோர் நல இலாகாவுக்கான செலவினப் புள்ளி விவரங்கள் வரவு-செலவு விவாத தொடர் கூட்டத்தில் வைக்கப்பட்டது. இந்தத் துறையை ஒழிக்க வேண்டும், ஆண்டுதோறும் புதுப்பிக்கக்கூடாது என்று சாதி இந்துக்கள் சென்னை சட்டமன்றத்தில் வாதாடினார்கள்.

தாழ்த்தப்பட்டோர் நல இலாகாவும், 'ஒதுக்கப்பட்ட இலாக்கா'க்களும் சிக்கலான முறையில் அமைந்திருந்தமையால் தாழ்த்தப்பட்டோர்

நலத்துறையை சாதி இந்து அமைச்சரவையின் அதிகாரத்திற்குள் கொண்டுவர வேண்டுமென்று பெரும்முயற்சிகள் மேற்கொள்ளப் பட்டன. இவர்கள் 'ஒதுக்கப்பட்டதுறை'களில் ஏகபோக உரிமை கொண்டதுபோலவே இந்த இலாகாவைத் தங்களுக்குக் கீழ் கொண்டு வந்து ஒடுக்கிவிடாமல் இருக்க நாம் பலமாக எதிர்த்து, தோற்கடிக்க வேண்டும். இந்த இலாகாவுக்கு மேலும் பல அதிகாரங்களை வழங்க வேண்டும். இது முழுக்க முழுக்க ஆங்கிலேயர்களின் கையில்தான் இருக்க வேண்டும்.

சாதி இந்து அமைச்சர்களின் அதிகாரச் சாயலோ, செல்வாக்கோ சிறிதுகூட இதில் பாயாமல் இருக்கவேண்டும். இந்த இலாகா ஒரு தனி இலாகாவாக இயங்கவேண்டும். இதற்கென்று ஒரு தனிவரவு-செலவு திட்டம் தயாரிக்கவேண்டும். பொதுவரவு செலவு திட்டத்தின் பகுதியாக இருக்கக்கூடாது. இதனை மேன்மை மிகு ஆளுநர் (கவர்னர்) அவர்கள் கண்காணிக்கவேண்டும். அவருக்கு ஒரு ஆலோசனைக்குழு இதற்கென அமைக்கப்படவேண்டும். இதில் ஆளுநர் தலைவராகவும், தாழ்த்தப் பட்ட நல இலாகா இயக்குனர், ஆதிதிராவிட மக்களின் தலைவர்கள் முதலியோர் உறுப்பினர்களாகவும் இருக்க வேண்டும். இவ்வாறு செய்தால் இத்துறை கெடாது. உறுப்பினர்கள் தாழ்த்தப்பட்டோர் ஆதலின் அவர்களைக் கலந்து அவர்களுக்காகச் செயல்பட மேன்மைமிகு ஆளுநருக்கு எளிதாகவும், பயனுள்ளதாகவும் அமையும். அப்பொழுது தான் தாழ்த்தப்பட்டோர் நல இலாகா, தாழ்த்தப் பட்டோரால் தாழ்த்தப்பட்டவர்களுக்காக நடத்தப்படும் உண்மைத் துறையாக இருக்கும்.

.....1923ஆம் ஆண்டில் உள்துறை சட்டமன்றத்தில் ஆதிதிராவிட பிள்ளைகளுக்கு உபகாரச் சம்பளங்களை அதிகரிக்க வேண்டுமென்று நான் ஓர் தீர்மானத்தைக் கொண்டுவந்தேன். அன்று கல்வி அமைச்சராக இருந்தவர் ஒருசாதி இந்து. அவர் 'ஏழ்மை என்பது ஆதிதிராவிடருக்கு மட்டும்தான் உள்ள தனி சொத்தல்ல. மற்ற வகுப்பாரிலும் ஏழைகள் இருக்கின்றனர்' என்று கூறி என் தீர்மானத்தை எதிர்த்தார். 1923ஆம் ஆண்டு மார்ச் மாதம் வரவு செலவு திட்ட விவாதத்தின் போது கல்வி அமைச்சரின் போக்குப் பற்றி மனம்விட்டு இப்படிப் பேசினேன் :

'ஆதிதிராவிட குழந்தைகளின் உபகாரச்சம்பளம் சம்பந்தமாக நேற்றைய தினம் உபகார சம்பளத்தையும், எண்ணிக்கையையும் உயர்த்த வேண்டும் என்று கோரி நாம் கொண்ட வந்த தீர்மானத்தை எதிர்த்துப் பேசிய கல்வி அமைச்சர் அவர்களின் போக்கைக் கண்டிக்கிறேன். ஏழ்மை என்பது தாழ்த்தப்பட்டோரின் ஏகபோகச் சொத்தல்ல. பிராமணப் பிள்ளைகளில்கூட ஏழைகளிருக்கின்றனர் என்று அவர் கூறினார். இந்த உண்மைகளை எங்கே எப்போது அவர் கண்டுபிடித்தார்

என்று நான் வியப்படைகிறேன். அவர் இதை அமைச்சராவதற்கு முன்பே கண்டாரா? அல்லது அமைச்சரான பிறகு கண்டுபிடித்தாரா? பிராமணப் பிள்ளைகள் ஏழைகளென்றால் ஏன் பிராமணர் அல்லாதார் தலைவராகிய இவர் பிராமண மாணவர்களுக்காகப் பாடுபடக்கூடாது?

தாழ்த்தப்பட்ட மாணவர்களோடு மற்ற மாணவர்களும் ஏழ்மையிலும் உழலுகிறார்கள் என்றால் இவரும் இவருடைய கட்சியாரும் ஆதிதிராவிட மாணவர்களுக்கு ஏன் சலுகைகள் வழங்குகின்றனர்? தாழ்த்தப் பட்ட மாணவர்களின் ஏழ்மைக்கும் மற்ற சாதி மாணவர்களின் ஏழ்மைக்கும் இவர் வேறுபாடு இல்லை என்று எண்ணுகிறாரா? தாழ்த்தப்பட்டோரின் ஏழ்மைக்குக் காரணம் ஆயிரம் ஆயிரம் ஆண்டு களாக மேட்டுக்குடியினர் கையாண்ட ஒடுக்குமுறைச் சதிதான் என்பதனை அவர் உணருகிறாரா? மற்றவர்கள் பல தனிப்பட்ட உரிமை களை அனுபவிக்கும்போது நமக்கு இந்தச் சலுகையாவது தேவை என்று கேட்பது நமது நேர்மையான கோரிக்கையாக ஆகாதா? அவர் இந்த அடிப்படையான அரசியல் பாடத்தை மறந்துவிட்டிருந்தால் தற்போது அரசாங்கம் வெளியிட்டுள்ள ஜி.ஓ.239 எண் உத்தரவை அவருக்குப் படித்துக் காட்டுகிறேன்.

அந்த உத்தரவு கூறுவதாவது :

"இந்தக் குழு தனிப்பட்ட சலுகைகள் சில வகுப்பாருக்கு இன்றியமை யாதவை என்று நினைக்கிறது. இதன்படி ஆதிதிராவிட வகுப்பாரைப் பொறுத்தமட்டில் தேவையான உணவு வசதியும் சம்பள வசதியும் செய்து தரவேண்டும் என்பதை வலியுறுத்துகிறது. இந்நிலைக்கு அவர்கள் ஏழைகளாக இருக்கக் காரணம் இந்நாட்டின் விசித்திரமான சாதி பழக்க வழக்கங்களும் செயல்களுமேயாகும். அதின்றி இந்த வகுப்பார் பரம்பரை பரம்பரையாகப் பெற்றுவரும் பிறப்புக் குறை பாடன்று. இந்த நோக்கத்தோடு பார்க்கும்போது தாழ்த்தப்பட்டோருக்குக் கல்வி வழங்குதல் என்பது இந்த தேசத்தின் கடமையாகும். எனவே, பொதுப்பணத்தை இவர்களின் முன்னேற்றத்திற்கு எல்லா வகைகளிலும் செலவிடுதல் சாலப் பொருந்தும்.''

நேற்று கல்வி அமைச்சர் பேசிய பேச்சு என்றுமே நான் கேட்டறியாத கருணைமிக்க பேச்சாகும். இது இந்த அவையின் பொறுப்புவாய்ந்த அமைச்சரின் உதடுகளிலிருந்து வெடித்தது. 'பின்தங்கிய வகுப்பார்' என்று அழைக்கப்படுவோரின் ஏழ்மையை எனக்கு மாண்புமிகு அமைச்சர் சுட்டிக்காட்டினார். எப்பொழுதெல்லாம் நான் தாழ்த்தப் பட்டோரின் உரிமைகளைப் பற்றிக் கேட்கிறேனோ அப்போதெல்லாம் பின்தங்கிய வகுப்பாரை முன் வைத்து எனது கோரிக்கையை நிராகரித்து விடுகிறார்கள். பின்தங்கிய வகுப்பார் என்போர் யாவர்? அவர்களைத்

தாழ்த்தப்பட்டோரினின்று எவ்வாறு வேறுபடுத்தி அறிவது என்பது எனக்கு வியப்பாக இருக்கிறது. அவர்களெல்லாம் மேல்சாதி இந்துக்கள் என்றே எண்ணுகிறேன். இந்த பின்தங்கிய சாதி இந்து வகுப்பிலிருந்து வந்த குறைந்தது இரண்டு அமைச்சர்கள் இச்சபையில் இருக்கிறார்கள்.''

சாதி இந்து அமைச்சர்கள் இவ்வாறு நம்மை நடத்துவார்கள் என்று 'சீர்திருத்தம்' இங்கு கொண்டுவருவதற்குப் பல ஆண்டுகளுக்கு முன்பே நாம் எதிர்பார்த்ததுதான்.

சென்னை ஆதிதிராவிட மகாஜன சபாவின் சார்பாக 24-9-1924 அன்று மாண்புமிகு சென்னை ஆளுநர் (கவர்னர்) அவர்களின் கனிவான ஆய்வுக்காக என்னால் பணிவன்புடன் வைக்கப்பட்ட கீழ்க்கண்ட கருத்துரைகள் :

'அரசியல் சீர்திருத்தச் சட்டத்தின் பின் எழுந்த முதல் பிராமணரல்லாத அமைச்சு ஆதிதிராவிட சமூகத்திற்காக மேற்கொண்ட மறுவாழ்வு நடவடிக்கைகளைப் பற்றிய வரலாறு ஒரு துன்பியல் காவியமாகும். உயர்ச்சாதித் திருக்கூட்டம் எவ்வெவ்வாறு முட்டுக்கட்டைகளை உருட்டிவிட்டது என்பது வெட்ட வெளிச்சமாகியது...''

14

நீதிக்கட்சி பற்றி புரட்சியாளர் அம்பேத்கர்

1944 ஆம் ஆண்டு செப்டம்பர் 23ஆம் நாள் சென்னை கன்னிமாரா ஹோட்டலில் சண்டே அப்சர்வர் ஆசிரியரான திரு.பி.பால சுப்பிரமணியம் அளித்த மதிய விருந்தின்போது டாக்டர் அம்பேத்கர் பேசியதாவது:

"நான் ஆய்வு செய்த அளவில், பிராமணர் அல்லாதார் கட்சி ஒன்று தோன்றியிருப்பது இந்திய வரலாற்றில் ஒரு முக்கிய நிகழ்ச்சி ஆகும். பிராமணர் அல்லாதோர் கட்சியின் அடிப்படைக் கோட்பாடு, அந்தச் சொல் குறிப்பிடுவதுபோல ஒரு வகுப்புவாதத் தன்மை கொண்டதல்ல. பிராமணர் அல்லாதார் கட்சியை நடத்துபவர்கள் யார் என்பது முக்கியம் அல்ல. பிராமணர்களுக்கும் தீண்டத்தகாதவர்களுக்கும் இடைப்பட்ட ஒரு வகுப்பார் இதனை வழி நடத்துகின்றனர். ஜனநாயக வழிபட்டதாக அந்தக் கட்சி செயல்படவில்லை என்றால் அதனால் ஒரு பயனும் இல்லை. எனவே, ஜனநாயகத்தில் நம்பிக்கை கொண்ட அனைவரும் இக்கட்சியின் வளர்ச்சியைக் கவலையுடனும் அக்கறையுடனும் கவனித்து வருகின்றனர். ஒரு பிராமணரல்லாதார் கட்சியின் தோற்றம் நாட்டில் வரலாற்றில் ஒரு மைல்கல் ஆகும். அக்கட்சியின் வீழ்ச்சியும் வேதனையுடன் காண வேண்டிய ஒரு நிகழ்ச்சியே. 1937 தேர்தல்களில் ஏன் அக்கட்சி படுதோல்வி அடைந்தது என்பதை அக்கட்சித் தலைவர்கள் தமக்குத்தாமே கேட்டுக்கொள்ள வேண்டும். தேர்தலுக்கு முன்னால் 24 ஆண்டுகாலம் மதராசில் பிராமணர் அல்லாதார் கட்சியின் ஆளுமை இருந்து வந்தது.

நீண்ட காலம் அதிகாரத்தில் இருந்த அக்கட்சி அட்டைவீடு போலச் சரிந்து போனது எதனால்? பிராமணர் அல்லாதார் மத்தியிலே இக்கட்சியின் செல்வாக்கு கெட்டது எதனால்? இந்த வீழ்ச்சிக்கு இரண்டு காரணங்கள் உள்ளன என்று நான் கருதுகிறேன்.

முதலாவதாக, பிராமணர் பிரிவுக்கும் இவர்களுக்கும் இடையில் உள்ள வேறுபாடு என்ன என்பதை இவர்கள் உணரவில்லை. பிராமணர்களுக்கு எதிராகத் தீவிரமாக அவர்கள் பிரச்சாரம் செய்தபோதும், இவர்களுக்கு இடையிலுள்ள வேறுபாடுகள் கொள்கை வழிப்பட்டவை என்று இவர்கள் கூற முடியுமா? பிராமணர் தன்மை அவர்களிடமே எவ்வளவு இருந்தது? அவர்கள் 'நவாப்'களாக இருந்தார். இரண்டாம் தர பிராமணர்களாக தங்களை எண்ணிக்கொண்டார்கள். பிராமணியத்தை விட்டொழிப்பதற்கு பதிலாக, எட்டத் தகுந்த இலக்காகக் கருதி அதன் ஆத்மாவை இவர்கள் இறுகப் பற்றியிருந்தார்கள். பிராமணர்களுக்கு எதிரான அவர்களது கோபம் எல்லாம் தங்களுக்கு அவர்கள் இரண்டாந்தரப் பட்டம் தருகிறார்கள் என்பதே.

ஒரு கட்சியைச் சேர்ந்தவர்களை, இன்னொரு கட்சியை எதிர்க்கச் சொல்லும்போது இவ்விரு கட்சிகளுக்கிடையே உள்ள கொள்கை ரீதியான வேறுபாடுகள் என்ன என்று அவர்கள் தெளிவாகத் தெரிந்து கொள்ளவில்லை என்றால் அந்தக்கட்சி எப்படி வேரூன்றும்? எனவே பிராமணிய வகுப்பினருக்கும் பிராமணரல்லாதோருக்கும் இடையிலுள்ள கொள்கை வேற்றுமைகளை ஒழுங்குற எடுத்துக் கூறாததே அந்தக் கட்சியின் வீழ்ச்சிக்குக் காரணம்.

கட்சியின் வீழ்ச்சிக்கு இரண்டாவது காரணம் அதனுடைய வேலைத்= திட்டம் மிகக் குறுகலானதாக இருந்தது ஆகும். இக்கட்சியின் எதிரிகள் 'வேலை தேடிகள்' என்று இக்கட்சியை வர்ணித்தனர். இந்தச் சொல்லைத்தான் 'ஹிந்து' பத்திரிகை அடிக்கடி பயன்படுத்தியது. இந்தக் குற்றச்சாட்டை நான் பெரிதாக எடுத்துக்கொள்ளவில்லை. ஏனென்றால் அடுத்த கட்சியினரும் இதே வகைப்பட்டவர்தானே. பிராமண ரல்லாதார் கட்சியின் வேலைத்திட்டத்திலுள்ள ஒரு குறை என்ன வென்றால், அவர்கள் தமது இளைஞர்களுக்கு ஒரு குறிப்பிட்ட எண்ணிக்கையில் வேலைவாய்ப்புகள் கிட்ட வேண்டும் என்று கூறுவதே. இது மிகவும் நியாயமானதுதான். ஆனால், பிராமணரல்லாத இளைஞர்கள் - இவர்களுக்கு வேலை கிடைப்பதற்காக கட்சி 20 வருடகாலம் போராடியிருக்கிறது. தமக்கு வேலையும் ஊதியமும் கிடைத்த பின்னர் தமது கட்சியை நினைத்துப் பார்த்தார்களா? கடந்த இருபது வருடங்களாக பதவியிலிருந்த கட்சி, கிராமங்களில் வசிக்கும் 90 சதவீத மக்களை மறந்துவிட்டனர். அவர்கள் வசதி சிறிதுமற்ற வாழ்க்கை வாழ்ந்து கொண்டு கடன்காரர்களின் பிடியில் சிக்கி அல்லல் படுகின்றனர்.

இந்தக் காலகட்டத்தில் இயற்றப்பட்ட சட்டங்களை நான் பரிசீலித்தேன். நிலச்சீர்த்திருத்தம் என்ற ஒரேயொரு நடவடிக்கை தவிர, குத்தகை தாரர்கள், விவசாயிகள் பற்றி இவர்கள் ஒரு சிறிதும்

கவலைப்படவில்லை. அதாவது 'காங்கிரஸ் பேர்வழிகள் இவர்களது ஆடைகளையே திருடிச் சென்றுவிட்டனர்' என்று தான் இது காட்டுகிறது.

நடந்துள்ள சம்பவங்கள் என்னைப் பெரிதும் வருத்துகின்றன. ஒரு கட்சி மட்டும்தான் அவர்களைக் காப்பாற்றும் என்று மட்டும் நான் அழுத்திச் சொல்ல விரும்புகிறேன். ஒரு கட்சிக்கு நல்ல தலைவர் வேண்டும், ஒரு கட்சிக்கு நல்ல அமைப்பு வேண்டும், ஒரு கட்சிக்கு அரசியல் மேடை வேண்டும்.

தலைவர்களை நாம் நன்றாகவே விமர்சிக்கலாம். காங்கிரஸ் கட்சியை எடுத்துக்கொள்வோம். மகாத்மா காந்தியை மற்றெந்த நாடு தமது தலைவராக ஏற்றுக் கொண்டிருக்கும்? அவருக்கு தொலைநோக்கோ, விஷய ஞானமோ, ஆய்வுத் திறனோ இல்லை. தனது வாழ்க்கை முழுதும் பொதுவாழ்வில் தோல்வியே கண்டவர் அவர். இந்தியா வெற்றியடைய இருந்த தருணங்களில் காந்தியால் எதுவும் நன்மை விளைந்ததாகக்கூற முடியாது. மூன்று வருடங்களுக்கு முன்பு ஜின்னா பாகிஸ்தான் பிரச்னையை எழுப்பியபோது அதை ஒரு பாவம் என்று கூறி அதற்குச் செவி மடுக்க மறுத்தார். இறுதியில் பிரச்னை பெரிதாக வளர்ந்தது. திரு காந்தி திகிலடைந்தார். இப்போது குட்டிக்கரணம் போட்டு அதனுடன் மல்லாடி வருகிறார். எனினும் அவர் இன்னும் தேசத் தலைவராக இருந்து வருகிறார். ஏனென்றால் தனது தலைவர்களை காங்கிரஸ் கட்சி கேள்வி கேட்பதில்லை.

ஜின்னாவை எடுத்துக்கொள்ளுங்கள். அவர் ஒரு எதேச்சாதிகாரத் தலைவர். முஸ்லீம் லீக் என்பது அவரின் தனிச்சொத்து. ஆனால் முஸ்லீம்கள் அவர் மீது நியாயமான நம்பிக்கை வைத்துள்ளனர்.

காந்தியின்மீது எத்தகையதொரு குற்றச்சாட்டு செய்யப்பட்டாலும் கட்சி அமைப்பை அது சீர்குலைக்கும் என்பதால் ஜனநாயகத்துக்கு முரணான பல விஷயங்களை காங்கிரஸ் சகித்துக்கொள்கிறது. எனவே பிரா மணரல்லாதோருக்கு நான் சொல்லிக் கொள்வதெல்லாம் 'ஒற்றுமை என்பது மிகவும் முக்கியமானது. எனவே, தாமதமின்றி பாடம் கற்றுக் கொள்ளுங்கள்' என்பதுதான்.
